AF518642

INSIGHT PUBLICA ®

INSIGHT PUBLICA®
Nadakkave, Kozhikode, Kerala
www.insightpublica.com
e-mail: insightpublica@gmail.com
Maraakaasam
(Malayalam)
G Harikrishnan
First Edition : January 2016
This Edition: November 2021
Copyright©Reserved
All rights reserved. No part of this publication may be reproduced, stored in a retrieval system, or transmitted, in any form, or by any means, electronic, mechanical, photocopying, recording or otherwise, without the prior permission of the publisher.
Cover Painting: Shaji Appukuttan
ISBN 978-93-85899-00-3

മരാകാശം

ജി. ഹരികൃഷ്ണൻ

INSIGHT PUBLICA®

1975–ൽ ജനിച്ചു. വടകരയിലെ മടപ്പള്ളി ഗവ.കോളേജിൽ ഫിസിക്സ് അധ്യാപകൻ. ഭാര്യയോടും രണ്ടു മക്കളോടുമൊപ്പം കണ്ണൂരിൽ താമസിക്കുന്നു.

മറ്റു കൃതികൾ:
നിമിഷങ്ങളുടെ പുസ്തകം (കവിതകൾ, 2012)

ജി. ഹരികൃഷ്ണൻ

ദീപയ്ക്ക്

നന്ദി

സി.പി. മുഹമ്മദ് മാസ്റ്റർക്ക്
ഡോ. കെ. രാജശേഖരൻ നായർ സാറിന്
അനിത തമ്പിക്ക്
റോയിയ്ക്ക്
ഷാജി അപ്പുക്കുട്ടന്
(മുഖചിത്രം അദ്ദേഹത്തിന്റെ രചനയാണ്)

"The longer and more carefully we look at a funny story,
the sadder it becomes."

Nicholai Gogol

ഉള്ളടക്കം

പ്രലോഭനം

പറക്കുന്നു വടക്കോട്ട്
കരിമേഘങ്ങൾ,
ഒഴുകുന്നു വാനം.
വടക്ക് വടക്ക്
തൂങ്ങിക്കിടക്കുന്നു
പല മടക്കുകൾ.
കടൽ വിട്ട്
കരയ്ക്കു കാൽവെക്കുന്നു
ചുഴലി.
പിറകേ പിറകേ
കയറി കയറി വരുന്നു
കടൽ
കയറി കയറി വരുന്നു
കായൽവെള്ളം.
കൈ നീട്ടി നീട്ടി
മരങ്ങൾ
പലമൊഴി
പക്ഷിപ്രാക്കുകൾ
മുരൾച്ച
മൂളൽ.
ചില്ലകൾ
മുട്ടയുടഞ്ഞ നീരുകൾ
എല്ലു തൂവൽ
കുരുതിച്ചോര തൂവുന്നു
നെടുമരങ്ങൾ ഉടന്തടി വീഴുന്നു.
തിളങ്ങുന്നിരുട്ടിൽ
കനൽ കണ്ണുകൾ.

വൻകാൽവെപ്പിൽ
പുറത്തു നടക്കുന്നാരോ
ആർത്തു ചിരിക്കുന്നാരോ
ചുറ്റുമുയരുന്നേതോ

പഴയ വിളി.
അകത്തോ പുറത്തോ കാളി ?
മൂട്ടവിളക്കു കത്തുന്ന
മുറിയ്ക്കു പുറത്ത്
കപാലഗുഹാവീട്ടിൻ പുറത്ത്
പുതുപ്പട്ടണപ്പുറത്ത്
ദേശത്തിൻ പുറത്ത്
കരയ്ക്കും കടലിനും പുറത്ത്
മൂട്ടവിളക്കുസൂര്യനെ ചുറ്റിപ്പറക്കും
ഈയൽഗ്രഹത്തിൻ പുറത്ത്
കാത്തുനിൽക്കുന്നുണ്ടോ നീ ?
മുട്ടിവിളിക്കുന്നുണ്ടോ നീ ?
ഉൾമർദ്ദപ്പിരിവുകൾ
സർപ്പിളാകാരം പൂണ്ട്
ചിതറിത്തെറിച്ച്
ഉണ്മ പിളർന്നു വിളിക്കുന്നത്
അകത്തുനിന്നോ ?

വിറച്ചുകൊണ്ടെങ്കിലും
വിളി കേൾക്കുന്നു,
തുറക്കുന്നു വാതിൽ
അകം പുറം.

●

ജാതക കഥകൾ

ഒന്ന്

ഓർമ്മവെച്ചപ്പോൾ
ഒരു ചിലന്തിയായിരുന്നു.
കുളിമുറിയുടെ തുറന്ന വെന്റിലേറ്ററിലൂടെ
അകത്തു കടന്നു, ടൈൽസിന്റെ തണുപ്പുപറ്റി
മൂലയ്ക്കു പതുങ്ങിയുറങ്ങി.
വെളിച്ചം കുത്തിത്തുളച്ചുവന്നു, തട്ടിപ്പിടഞ്ഞോടി
ചൂലുകൊണ്ടുള്ള ആദ്യത്തെ അടിയിൽ
രണ്ടുകാലുകളൊടിഞ്ഞുവീണു, എന്നിട്ടുമോടി
നടുംപുറത്തുവീണ അടുത്ത അടിയിൽ
ചുരുണ്ടുകൂടിപ്പോയി.
പകുതിബോധത്തിലറിഞ്ഞു
ചൂലിന്റെ ഇഴകളിൽ എടുത്തുയർത്തപ്പെടുന്നത്
ക്ലോസറ്റിലേയ്ക്കെറിയപ്പെടുന്നത്.
കഷ്ടപ്പെട്ടു കണ്ണുമിഴിച്ചപ്പോൾ
മുകളിൽനിന്നും മൂത്രം വന്നുവീണു
വെള്ളപ്പാച്ചിലോടൊപ്പം താഴോട്ടു താഴോട്ടു പോയി.

രണ്ട്

ഓന്തായി പിന്നെ.
തെങ്ങിൻപിറകിൽ പതുങ്ങിയ ഇണ
ഒളിഞ്ഞുനോക്കുമ്പോൾ കണ്ടുകൊള്ളട്ടെയെന്ന്
കഴുത്തു ചുവപ്പിച്ച്
മുൻകാലുകളിലുയർന്നു നിൽക്കുമ്പോൾ
കല്ലു തലയ്ക്കുകൊണ്ടു.

മൂന്ന്

മുട്ടവിരിഞ്ഞുണർന്നത് കമ്പിവലക്കൂട്ടിൽ.
ചോരയുടെ മണവും
അറക്കാൻപിടിക്കുമ്പോഴുള്ള അലറിക്കരച്ചിലും.
കൊക്കുനിറച്ച് തീറ്റകൊത്തിക്കൊണ്ടിരുന്നു.
തൂക്കാൻ പിടിച്ചപ്പോഴാണ്

വളർച്ചയെത്തിയെന്നറിഞ്ഞത്
കഴുത്തു കീറുമ്പോൾ തലകുത്തനെ കണ്ടു
തീറ്റകൊത്തിക്കൊണ്ടിരിക്കുന്ന
ഒടപ്പിറന്നോരെ.

നാല്
പട്ടിയായി കളിച്ചുനടന്നു.
റോഡരികിലൂടെ നടക്കുമ്പോഴാണ്
പാഞ്ഞുവന്ന ബൈക്കിൽനിന്നും വടിവാൾ നീണ്ടത്.
കഴുത്തറ്റുതൂങ്ങിയ കിടപ്പ്
മാറിനിന്നു നോക്കിയപ്പോൾ
ഇനിയെത്ര കളിക്കാനുണ്ടായിരുന്നെന്ന്
സങ്കടംവന്നു.

അഞ്ച്
കളിച്ചുതുടങ്ങാനേ പറ്റിയില്ല
കന്നുകുട്ടിയായപ്പോൾ.
വയറ്റിൽ കിടക്കുമ്പോഴേ അമ്മയെ വെട്ടി
വലിച്ചുപുറത്തെടുക്കുമ്പോഴും ചത്തിട്ടില്ലായിരുന്നു.
ചവറുകൂനയിൽ
കൈയും കാലും കുത്തി എണീക്കാൻ നോക്കിയതാണ്,
തളർന്നുറങ്ങി.

ആറ്
മനുഷ്യക്കുട്ടിയായി.
കന്നിനെ വെട്ടാത്ത നാടായിരുന്നു,
മനുഷ്യനെ വെട്ടുമായിരുന്നു.
വയറ്റിൽ കിടക്കുമ്പോൾ വീണ്ടും അമ്മയെ വെട്ടി
വലിച്ചെടുത്ത് തീയിലേക്കിട്ടതറിഞ്ഞു.

ഏഴ്
അമ്മയ്ക്കു വെട്ടുകൊള്ളാതെ പുറത്തുവന്നപ്പോഴാണ്
വയറ്റിൽവെച്ചുതന്നെ പലവെട്ടുകൾ
സ്വന്തം ദേഹത്തു വീണതറിഞ്ഞത്.

വളഞ്ഞുപിരിഞ്ഞ കൈകാലുകളും
വലിയ തലയുമായി
കരഞ്ഞുകൊണ്ടിരുന്നു,
അമ്മിഞ്ഞ കുടിക്കാതെ
അക്ഷരം പഠിക്കാതെ
അലിഞ്ഞുതീർന്നു.

എട്ട്
മനുഷ്യനായി
ശരിയായ കൈകാലുകളും ശരിയായ തലയുമായി
മധ്യവയസ്സിലെത്തിയ ബോധിസത്വനോട്
തീൻമേശപ്പുറത്ത്
മകൾ ചോദിച്ചു,
എന്താ അഹിംസ ?

●

ഇന്റർവ്യൂ

എന്താടോ ഒറ്റയ്ക്കാണോ ?
അതെ സാർ
അഡ്മിഷനു വരുമ്പോ
പാരന്റു വെണമെന്നറിയില്ലേ ?
അതോ കോളേജിലെത്തിയാൽ
വലിയാളായി, ഇനിയാരും വേണ്ടെന്നാണോ ?
അല്ല സാർ, അച്ഛനും അമ്മേം പണിക്കു പോയി
മൂന്നുവട്ടം പരസ്യം ചെയ്തല്ലോ എസ്സി കോട്ടയ്ക്ക്,
എന്നിട്ടീ അവസാന ദിവസാണോ വരുന്നേ ?
അറിഞ്ഞില്ല സാർ
നിനക്കു പഠിച്ചിട്ടാവശ്യല്ലേടാ ?
ഉണ്ട് സാർ
സർട്ടിഫിക്കറ്റൊക്കെണ്ടോ ?
ഉണ്ട് സാർ
എസ്സി ?
ഉണ്ട് സാർ
എടോ മൂന്നാംവട്ടം പ്ലസ്ടു പാസായിട്ട്
ഫിസിക്സൊക്കെ പഠിക്കാൻ പറ്റ്വോ,
വല്ല മലയാളമോ പൊളിറ്റിക്സോ
ഹിസ്റ്ററിയോ പോരേ ?
ഫിസിക്സില് താല്പര്യമുണ്ട് സാർ
എന്തു താല്പര്യം ?
സാർ ഈ പരീക്ഷണങ്ങളൊക്കെ...
എടോ ഉഴപ്പി നടന്നാൽ
ഫിസിക്സിൽ തോറ്റുപോകും,
മറ്റതൊക്കെയാണേൽ
എങ്ങനേങ്കിലും എഴുതിയെടുക്കാം
അല്ല സാർ, ഇതു വേണം സാർ
ഉറപ്പാണോ ?
അതെ സാർ
അറ്റൻഡൻസില്ലേൽ
അഞ്ചു പൈസ ഗ്രാന്റ് തരില്ല

വരാം സാർ
അടയ്ക്കാനുള്ള പൈസയില്ലേ ?
സാർ ഫീസില്ലല്ലോ...
ഫീസേ ഇല്ലാതുള്ളൂ,
പിടിഎ ഫണ്ടും സിഡിസി ഫണ്ടുമുണ്ട്
സാർ എത്രയാണ്....
പിടിഎ രണ്ടായിരം, സിഡിസി ഇരുനൂറ്
അത്രയുമില്ല സാർ
അതെന്താ ?
അറിയില്ലായിരുന്നു സാർ
അഡ്മിഷൻ ക്ലോസു ചെയ്യുന്ന ദിവസം
വലിഞ്ഞുകേറിവന്നിട്ട്
പൈസയില്ലെന്നോ ?
എത്രയുണ്ട് കൈയിൽ
സാർ അഞ്ഞൂറ്
നാണമില്ലേടോ പറയാൻ ?
കഴുത്തില് ചെയിന്
ടീഷർട്ട്
അണ്ടർവയറ് കാണുന്ന പാന്റ്
നീ പണിയ്ക്കു പോകുന്നില്ലേടാ ?
ഉണ്ട് സാർ
എന്തു പണി ?
സാർ വാർക്കപ്പണി
ദിവസോം അഞ്ഞൂറ് കിട്ടില്ലേടാ ?
സാർ കുറച്ചു പൈസ ശരിയാക്കിവെച്ചിരുന്നു
എന്നിട്ട് ?
ഓണമൊക്കെയായിരുന്നല്ലോ സാർ
ഓണത്തിനെന്താടാ കുടിപ്പാർട്ടിയുണ്ടായിരുന്നോ ?
ഇല്ല സാർ
പണി കഴിഞ്ഞ് ദിവസോം
ബിവറേജസിലേയ്ക്കല്ലേടാ പോക്ക് ?
പൈസ ഇല്ലെങ്കിൽ അഡ്മിഷനുമില്ല
പൊയ്ക്കോ

ഇന്നാ ഈ ചെയിനിവിടെവെച്ചോ,
ഞാൻ രണ്ടു ദിവസത്തിനുള്ളിൽ
പൈസയുണ്ടാക്കിത്തരാം

എന്താടാ പറഞ്ഞത് ?
അധികപ്രസംഗം കാണിക്കുന്നോ ?
അല്ല സാർ
എടാ നിന്റെ മസിലു കാണിച്ച് പേടിപ്പിക്കണ്ട
നിന്റെ നാട്ടിൽ
ഞങ്ങൾക്കു പരിചയമുള്ള പലരുമുണ്ട്
മര്യാദയ്ക്കല്ലേൽ വിവരമറിയും മോനേ
സാർ, ഞാൻ-
കടക്കെടാ പുറത്ത്
അവിടെ കാത്തുനിൽക്ക്

●

ചിത്ര കഥ

ഒരു ദിവസം ലുട്ടാപ്പി
കുന്തത്തിൽ കയറി പോവുകയായിരുന്നു.

ലുട്ടാപ്പിയ്ക്ക് കരച്ചിൽ വരുന്നുണ്ടായിരുന്നു.

ഇന്നും വഴിയിൽ
ആരേയെങ്കിലും കണ്ടുമുട്ടും
എന്തെങ്കിലുമൊന്ന് ഞാൻ തട്ടിപ്പറിക്കും
എല്ലാം കാണുന്ന മായാവി
മന്ത്രം ചൊല്ലും
കൺതുറക്കുമ്പോൾ
ഞാൻ ഒരു പാറ്റയായിരിക്കുമോ ?

ലുട്ടാപ്പി കുന്തത്തിൽ പറന്നുകൊണ്ടിരുന്നു
കണ്ണുനിറഞ്ഞൊഴുകി കാഴ്ചമറഞ്ഞിരുന്നു.

മായാവിയുടെ ലീലയ്ക്കായി
കുറുമ്പൻ പിള്ളേർക്കു കളിക്കാനായി
ഓരോദിവസവും ഞാൻ പറന്നുചെല്ലുന്നു
പാറ്റയാവുന്നു തവളയാവുന്നു പമ്പാവുന്നു :
ആർപ്പുവിളികളോടെ
പതുക്കെ പതുക്കെ
വലിച്ചുകീറപ്പെടുന്ന ചിറകുകൾ,
ആണിയിൽ തറയ്ക്കപ്പെട്ട്
പിടയ്ക്കുന്ന തൊണ്ടയ്ക്കു താഴെ
പിളരുന്ന വയർ,
മണ്ണെണ്ണ പെയ്ത്
പതുക്കെ പതുക്കെ
തീപ്പെട്ടിക്കൊള്ളി വീഴുമ്പോൾ
ആളിക്കത്തുന്ന പിടയുന്ന ദേഹം.
മന്ത്രംചൊല്ലുന്നു മായാവി
മോക്ഷം കിട്ടുന്നു പിള്ളേർക്ക്

അടുത്ത കളിയ്ക്കായി
പറത്തിവിടുന്നെന്നെ.

ലുട്ടാപ്പി കുന്തത്തിലിരുന്ന് വിറയ്ക്കുന്നുണ്ടായിരുന്നു.

കാടിന്റെ അതിരിൽ പുഴയോരത്ത്
ഒരു പെൺകുട്ടി വിഷമിച്ചു നിൽക്കുന്നുണ്ടായിരുന്നു
ലുട്ടാപ്പി അവളെ കുന്തത്തിലിരുത്തി അക്കരെ കടത്തി
കണ്ണുകാണാത്ത അപ്പൂപ്പനും അമ്മൂമ്മയ്ക്കും
കുടത്തിൽ വെള്ളംകൊണ്ടുവന്നു കൊടുത്തു
കരയുന്ന കുട്ടിയെ കളിപ്പാട്ടം കാട്ടി ചിരിപ്പിച്ചു
കാട്ടുതീയിൽപ്പെട്ട പക്ഷിക്കുടുംബത്തെ രക്ഷിച്ചു.

ലുട്ടാപ്പി കുന്തത്തിൽനിന്നിറങ്ങി
കടലാസിന്റെ നടുവിൽ നിന്നു,
അന്തംവിട്ട പിള്ളേരുടെ തുറുകണ്ണുകൾക്കു താഴെ,
എവിടെയുമെത്തുന്ന മായാവിയുടെ ശ്വാസം
പിൻകഴുത്തിലറിഞ്ഞുകൊണ്ട്.

ലുട്ടാപ്പി ശാന്തനായി കാത്തുനിന്നു
കുരുശിലേറ്റപ്പെടാൻ.

●

കവിരേവ പ്രജാപതി

എന്തിനെക്കുറിച്ചുമെഴുതും
എന്തുമെഴുതും
എത്രയെങ്കിലുമെഴുതും
പേന കടലാസിൽ മുട്ടിയാൽ മതി,
ഒരൊഴുക്കാണ്
ബോധധാര

ഒറ്റനോട്ടത്തിൽ
മേലും കീഴും
അകവും പുറവും
അലകും പൊരുളും
തെളിഞ്ഞുകിട്ടും

മൂന്നു ചുവടിൽ
ഭൂതവും
വർത്തമാനവും
വരുംകാലവും
അളക്കും

ഒട്ടുമില്ല സംശയം
ഒന്നിനെക്കുറിച്ചും
തർക്കപദങ്ങളിൽ
പണ്ടേ പയറ്റു പഠിച്ച
മൊഴിവഴക്കം കൊണ്ട്
പിടുത്തം കൊടുക്കാതെ
ഒഴന്നെഴുതും

ഭാഷയുടെ പൂഴിക്കടകനെ
വൻബോധച്ചുഴലിയാക്കും,
സ്വയമതിൻ കണ്ണാവും

ചരിത്രം കൂമ്പാരംകൂട്ടി

തുള്ളി യുക്തിയിറ്റിച്ച്
താളിൻപുറത്തഗ്നിപർവ്വതം തീർക്കും

ഒരു ചീരയിലക്കഷണം കാട്ടി
ഒഴിഞ്ഞ കലം നിറച്ച് കാറ്റു തീറ്റി
വയർ നിറഞ്ഞെന്നു വശീകരിക്കും

കൈയടി കേട്ടു ശീലമായി,
കുപ്പായമിടാതുള്ള
എഴുന്നള്ളത്തും.

●

പര്യായ പദങ്ങൾ

സെക്സ്
ഇന്റർകോഴ്സ്

ബന്ധപ്പെടൽ
ചെയ്യൽ
പണി
പരിപാടി

കളി
നേരമ്പോക്ക്

ഊക്കൽ
കേറ്റൽ
പൂശൽ
ചവിട്ട്
കുത്ത്
വെടി
കീറ്

മറ്റേത്

(ബലാൽ)സംഗം

●

ചോദ്യങ്ങൾ

എന്തിന് വീട്ടിൽ ഒറ്റയ്ക്കിരുന്നു ?
എന്തിന് ലേഡീസ്കംപാർട്മെന്റിൽ ഒറ്റയ്ക്ക് ?
എന്തിന് ആൺകുട്ടിയോടൊപ്പം യാത്രചെയ്തു ?
എന്തിന് ഒൻപതുമണിയ്ക്ക് പുറത്തിറങ്ങി ?
വസ്ത്രം എന്താണ് ധരിച്ചിരുന്നത് ?
വാതിൽ തുറന്നതെന്തിന് ?
എന്തുകൊണ്ട് ഓടിയില്ല ?
എന്തുകൊണ്ട് ഒച്ചവെച്ചില്ല ?
എന്തിന് കേസുകൊടുത്തു ?
വീട്ടിൽ ഇടാറുള്ള വേഷമെന്തായിരുന്നു ?
അച്ഛന്റടുത്ത് അടുത്തിടപഴകാറുണ്ടായിരുന്നോ ?
അമ്മാവനോട് എങ്ങനെയായിരുന്നു ?
ചേട്ടന്റെകൂടെ കളിക്കാറുണ്ടായിരുന്നോ ?
പേരെന്തിന് പുറത്തുപറഞ്ഞു ?
മുഖമെന്താ ക്യാമറയിൽനിന്നൊളിപ്പിക്കാഞ്ഞത് ?
എന്തിന് സംസാരിച്ചു ?
എന്തിന് ചിരിച്ചു ?
എന്തിന് ചെറുത്തുനിന്നു ?
എന്തിന് ജീവിച്ചിരിക്കുന്നു ?

●

അതേ ചോര

അടുത്തവീട്ടിലെ പെൺകുട്ടി
അലക്കുന്നു, കുനിയുമ്പോൾ
പാതിമുലയെങ്കിലും ?
-ഞാൻ പാളിനോക്കുന്നു.

ഒരിടത്തൊരുപെണ്ണ്
പാതിമറച്ചമാറോടെ കുനിഞ്ഞ്
ഞാറുനടാൻ മടിച്ചതിന്
തുണിയഴിച്ചവളെ മുറിപ്പെടുത്തുമ്പോൾ[1]
സ്വയം മാനഭംഗപ്പെടാൻ തിക്കിത്തിരക്കിയ
പുരുഷങ്ങളിലോ
കാഴ്ചയിൽ രതിച്ചവരിലോ
ചിത്രം പകർത്തിയവരിലോ
ഞാൻ?

പറിച്ചെറിഞ്ഞൊരു മുല[2]
എന്റെ മുഖത്തു വീഴുന്നു
ചോരയൊലിക്കുന്നു,
ചുരത്തുന്നെന്റെ മുലകൾ
അതേ ചോര.

●

1. 2012 നവംബറിൽ ബീഹാറിൽ ഒരു ദളിത് സ്ത്രീയുടെ നേരേയുണ്ടായ ആക്രമണം. വർഷങ്ങൾക്കു മുൻപുവരെ (?) കേരളത്തിലേയും അവസ്ഥ.

2. 1840ൽ മുലക്കച്ച ധരിക്കാൻ മുലക്കരം ഈടാക്കുന്നതിൽ പ്രതിഷേധിച്ച് ചേർത്തലയ്ക്കടുത്ത് നങ്ങേലിഎന്ന ദളിത് സ്ത്രീ സ്വന്തം മുലയറുത്ത് കരംപിരിക്കാൻ വന്നവർക്ക് ഇലയിൽവെച്ചുകൊടുത്തു. ഈ സ്ഥലം ഇപ്പോഴും മുലച്ചിപ്പറമ്പ് എന്നറിയപ്പെടുന്നു. നങ്ങേലിയുടെ പ്രതിഷേധം തിരുവിതാംകൂർ രാജാവിനെ മുലക്കരം നിർത്തലാക്കാൻ നിർബന്ധിതനാക്കി.

ഇരുപത്തൊന്നാം നൂറ്റാണ്ട്

ഒന്ന്

സിറ്റിസെന്ററിന്റെ ഒന്നാംനിലയിൽനിന്നും
താഴോട്ടുനോക്കിനിൽക്കുകയായിരുന്ന
പലരിൽ ഒരാൾ
പെട്ടെന്ന് അലറിക്കൊണ്ട്
തല നെഞ്ചിലേയ്ക്കു താണ്
കൈകൾ അടിവയറ്റിലമർത്തി
കാൽമുട്ടുകളടുത്തുവന്ന്
രണ്ടായ്മടങ്ങി
നിലത്തേയ്ക്കു വീണു.
ഓടിക്കൂടിയവർ താങ്ങിക്കിടത്തിയപ്പോൾ
കൊടിമരം കണക്ക് കുലച്ചുനിൽക്കുന്നു ലിംഗം
അയാളുടെ കൈകൾ അതിന്റെ മുരട്ടിൽ പിണഞ്ഞിരുന്നു
തല വശത്തേയ്ക്കു കോടിയിരുന്നു
കണ്ണുകൾ മലച്ചിരുന്നു
ഓരോതവണയും മുരൾച്ച പൊങ്ങുമ്പോൾ
വായ്ക്കോണിലെ പതയിൽ കുമിളകളുയർന്നു പൊട്ടിയിരുന്നു.

അതായിരുന്നു തുടക്കം :

രണ്ട്

ആണുങ്ങൾക്ക് ലൈംഗികാകർഷണം തോന്നിയാൽ ലിംഗത്തിലേയ്ക്ക് ചോര ഇരച്ചുകയറി വലിഞ്ഞുമുറുകുന്നതു സാധാരണം. പക്ഷേ കമ്പിദീനം എന്നറിയപ്പെടുന്ന ഈ അസുഖത്തിൽ (ശാസ്ത്രീയനാമം: ഹോമോ ഇറക്റ്റസ്) ക്രമാതീതമായി ചോര കയറുകയും പിന്നെതിരിച്ചിറങ്ങാതെ അവിടെത്തന്നെ കല്ലിച്ച് നീല ലിംഗ (Blue Penis)മാവുകയും ചെയ്യുന്നു. കടുത്ത വേദനയിൽ രോഗി അപസ്മാരലക്ഷണങ്ങൾ കാണിച്ചേക്കാം. ലിംഗം പഴയ അവസ്ഥയിലാവണമെങ്കിൽ ശസ്ത്രക്രിയ വേണം. ഇതൊരു പകർച്ചവ്യാധിയല്ലെങ്കിലും, ഏതാനും ആഴ്ചകൾക്കുള്ളിൽ വിവിധ പ്രായത്തിലുള്ളവരും വ്യത്യസ്ത ജോലികളിൽ ഏർപ്പെടു

ന്നവരുമായ ആയിരക്കണക്കിന് ആണുങ്ങളിൽ രോഗം കണ്ടെത്തിയ സ്ഥിതിയ്ക്ക്, ഏതെങ്കിലും വൈറസ്ബാധ ഇതിനു പിന്നിലുണ്ടോയെന്ന് പരിശോധിക്കേണ്ടതുണ്ട്. ഭീകരാക്രമണത്തിനുള്ള സാധ്യതയും സർക്കാർ തള്ളിക്കളയുന്നില്ല. അടിയന്തിര നടപടികളായി, കൂടുതൽ ശസ്ത്രക്രിയായൂണിറ്റുകൾ എല്ലാ ജില്ലാആസ്പത്രികളിലും ഒരുക്കിയിട്ടുണ്ട്, ദേശീയ ഗവേഷണകേന്ദ്രങ്ങളോട് പ്രതിരോധനിർദ്ദേശങ്ങൾ ആരാഞ്ഞിട്ടുണ്ട്, മതേതരമായി സ്ത്രീകളെല്ലാവരും ശരീരം മുഴുവൻ മൂടുന്ന വസ്ത്രം ധരിച്ചുമാത്രം പുറത്തിറങ്ങാൻ ഉത്തരവുമുണ്ട്.

മൂന്ന്

ട്രാഫിക് സിഗ്നൽ ചുവപ്പായപ്പോൾ
ചെമ്പൻമുടിക്കാരായ ആണുങ്ങളുടെ സംഘം
കൈപിടിച്ച് കൂട്ടമായി
റോഡുമുറിച്ചുകടക്കാൻ തുടങ്ങി.
വശങ്ങളടക്കം മൂടുന്ന കറുത്ത കണ്ണടയും
വെളുത്ത ഊന്നുവടിയുമായി
ഒരാൾ മറ്റൊരാളുടെ കൈപിടിച്ചുകൊണ്ട്.
വഴിയോരത്തും വാഹനങ്ങളിലും
കാഴ്ച കാണാൻ
പെണ്ണുങ്ങൾ.

നാല്

കമ്പിദീനനാളുകളിൽ നാട്ടിലെ രോഗബാധിതരായ ആണുങ്ങളെല്ലാം ലിംഗത്തിലേയ്ക്കുള്ള ചോരയോട്ടം കുറയ്ക്കുന്ന ശസ്ത്രക്രിയയ്ക്കു വിധേയരായി. ലക്ഷണങ്ങൾ തുറന്നു പറയാൻ രോഗികൾ തയ്യാറാവാഞ്ഞതിനാൽ, വൈകിയാണു മനസ്സിലായത്, ശസ്ത്രക്രിയ കാരണം ലിംഗം പൊങ്ങാതാവുമെന്ന്. മറുക്രിയയിലൂടെ ചോരയോട്ടം പഴയപടിയാക്കിയവരിൽ കമ്പിദീനം വീണ്ടും പ്രത്യക്ഷപ്പെട്ടു. അപ്പോഴേയ്ക്കും പുതൊയൊരു ആൺരോഗം പകർന്നു തുടങ്ങി-അമിതാസക്തി തോന്നിയാലുടൻ ശുക്ലം വീഴുക. ഇത് പുതിയതൊന്നല്ലെന്നും ഭാരതീയപുരാണങ്ങളിൽപ്പോലും ഇതേക്കുറിച്ച് പരാമർശമുണ്ടെന്നും ഇത് പുരുഷഓജസ്സിന്റെ ബഹിർസ്ഫുരണമാണെന്നും ഒരു വാദമുണ്ട്. സ്ത്രീകളെല്ലാവരും ശരീരംമൂടിമാത്രമേ പുറത്തിറങ്ങിയിരുന്നുള്ളൂ. എന്നിട്ടും പെണ്ണുങ്ങളുടെ കണ്ണുകളും കാൽമടമ്പുകളും വിരലുകളും നഖങ്ങളും ശബ്ദവും സ്പർശവും മണവും കുറേ ആണുങ്ങളിൽ ശുക്ലവീഴ്ചയ്ക്ക് ഇടയാക്കി. ഒരുദിവസം പത്തുതവണ ശുക്ലവീഴ്ചയുണ്ടായതിനെത്തുടർന്ന് ഒരു മുപ്പതുകാരൻ കുഴഞ്ഞു വീണപ്പോൾ കോടതി സ്വമേധയാ കേസെടുത്തു. കറുത്ത കണ്ണ

ടയും കൈയുറയും സോക്സും ഷൂസും ധരിച്ചുമാത്രം, പെർഫ്യൂം ഉപയോഗിക്കാതെമാത്രം, ശബ്ദമുയർത്തി സംസാരിക്കാതെമാത്രം, ആണുങ്ങളെ തട്ടാതെമാത്രം, സ്ത്രീകൾ പുറത്തിറങ്ങിയാൽമതിയെന്ന് സർക്കാർ ഉത്തരവുണ്ടായി; പുറത്തിറങ്ങാതിരുന്നും പഴകുക എന്ന നിർദ്ദേശവും. ഇതിൽ പ്രതിഷേധിച്ച് സ്ത്രീകൾ മൂടുപടമുപേക്ഷിച്ച് തെരുവുകൾ കൈയേറി. സ്ത്രീകളും പുരുഷന്മാരും തമ്മിൽ പലയിടത്തും സംഘർഷമുണ്ടായി. ലൈംഗികാക്രമണങ്ങൾക്കു ശ്രമിച്ച പുരുഷന്മാർ കടുത്ത ശുക്ല വീഴ്ചയെത്തുടർന്ന് കൂട്ടത്തോടെ കുഴഞ്ഞുവീണു. അവരെ ആസ്പത്രികളിലെത്തിക്കാൻ സ്ത്രീകൾതന്നെ വേണ്ടിവന്നു. വിവിധ രാഷ്ട്രീയ സാമുദായിക മത സ്ത്രീ സംഘടനകളുടെ തുടർ ചർച്ചകൾക്കൊടുവിൽ രോഗാശങ്കയുള്ള പുരുഷന്മാർ കാഴ്ചമറയ്ക്കുന്ന കറുത്ത കണ്ണട ധരിയ്ക്കാൻ തീരുമാനമായി. അതിനകം പ്രധാന തൊഴിൽമേഖലകളിലെല്ലാം ആധിപത്യം സ്ഥാപിച്ചുകഴിഞ്ഞ സ്ത്രീകൾ പണിമുടക്കുഭീഷണിയുയർത്തിയാണ് ഈ ജനാധിപത്യവിരുദ്ധമായ തീരുമാനം അടിച്ചേൽപ്പിച്ചതെന്ന് ഒരുവിഭാഗം പുരുഷന്മാർ പ്രതിഷേധമുയർത്തിയെങ്കിലും ആരും അതു കാര്യമാക്കിയില്ല.

അഞ്ച്

രോഗികൾക്കായി
പ്രത്യേക ഇറക്കുമതിഇളവ് പ്രഖ്യാപിക്കപ്പെട്ട
അവശ്യസാധനങ്ങൾ :
പോളിത്തീൻ ശുക്ലസഞ്ചി അടക്കംചെയ്ത ജട്ടി
കാഴ്ച മറയ്ക്കുന്ന കറുത്ത കണ്ണട
വെളുത്ത ഊന്നുവടി
പെൺമണം അറിയാതിരിയ്ക്കാൻ മൂക്കിനുതാഴെ പുരട്ടേണ്ട ക്രീം
കണ്ണുകാണാത്തവരെ മറ്റുള്ളവർക്ക്
ദൂരെനിന്നുതന്നെ തിരിച്ചറിയാൻ
അപകടസൂചകമായി
ചുവപ്പു ഹെയർഡൈ.

ആറ്

നാട്ടിലെ പകുതിയിലധികം ആണുങ്ങളും കടുത്ത രോഗപീഢയിലായി. സ്ത്രീസാമീപ്യമൊഴിവാക്കാൻ അവരെ പ്രത്യേക പുരുഷകോളനികളിൽ പാർപ്പിച്ചു. തൊഴിൽരഹിതരായ ലൈംഗികസ്ത്രീതൊഴിലാളികൾക്ക് സർക്കാർ പുനരധിവാസവും പെൻഷനും പ്രഖ്യാപിച്ചു. അയൽനാടുകളിലേയ്ക്ക് വിവാഹാലോചനകൾ പെരുകി. തങ്ങൾക്കു ജനിക്കുന്ന കുഞ്ഞുങ്ങളെ

അജ്ഞാത ലൈംഗികരോഗവൈറസുകൾ ആക്രമിച്ചേക്കുമോയെന്ന ഭീതിയിൽ നവദമ്പതികൾ അന്യനാടുകളിലേയ്ക്ക് സ്ഥിരതാമസം മാറ്റി. ദൂരദേശങ്ങളിൽനിന്നും പുരുഷവേശ്യകൾ ഇവിടെവന്ന് ഒളിഞ്ഞും തെളിഞ്ഞും ചുവന്ന തെരുവുകൾ തുറന്നു. പുരുഷവേശ്യാവ്യവസായം നിയമവിധേയമായി നടക്കുന്ന രാജ്യങ്ങളിലേയ്ക്ക് സ്ത്രീകൾക്ക് വിമാനകമ്പിനികൾ യാത്രാ ഇളവുകൾ പ്രഖ്യാപിച്ചു.

ഏഴ്

പെൺകുട്ടിയും ആൺകുട്ടിയും
ക്ലാസ് കഴിഞ്ഞ് കാമ്പസിലൂടെ
കൈ പിടിച്ച് നടന്നു,
ചിരിച്ച്, സ്നേഹിച്ച്.
നാടിന്റെ സദാചാരം സംരക്ഷിക്കാൻ
ആണുങ്ങളധികം ബാക്കിയുണ്ടായിരുന്നില്ല.
പക്ഷേ, ആ കർത്തവ്യം
നിഷ്ഠയോടെ ഏറ്റെടുത്തിരുന്ന
പെണ്ണുങ്ങളിലൊരുവൾ
അവരെ തടഞ്ഞ്
വിരട്ടാൻ തുടങ്ങിയതേയുണ്ടായിരുന്നുള്ളൂ,
പെട്ടെന്ന് അലറിക്കൊണ്ട്
തല നെഞ്ചിലേയ്ക്കു താണ്
കൈകൾ അടിവയറ്റിലമർത്തി
കാൽമുട്ടുകളടുത്തുവന്ന്
രണ്ടായ്മടങ്ങി
അവൾ നിലത്തേയ്ക്കു വീണു.

അതായിരുന്നു തുടക്കം :

●

കവികളി

കേളി

സ്കൂൾവാൻ കാത്തുനിന്ന കുട്ടിയെ
ചായക്കടയിലെ വയസ്സനെ
ലേഡീസ്കംപാർട്മെന്റിലൊരുവളെ
മീൻമോപ്പഡിന്മേലൊരുവനെ
ഒരു പട്ടിയെ
കാക്കയെ
പ്രാർത്ഥിയ്ക്കുന്ന പ്രാണിയെ
പഴുതാരയെ
ശവത്തെ
മരത്തെ
കെട്ടിടത്തെ
വാക്കുകൊണ്ടു വെടിവെച്ചിട്ട്
കവിതയിൽ കോർത്തു തോളിലിട്ട്
അടുത്ത അരങ്ങിലേയ്ക്ക്
ഒറ്റപ്പാച്ചിൽ.

നവപദങ്ങൾ

1. കവിത : (1) പത്രാധിപർക്ക്
   എഴുതിയ ആളുടെ പേരിൽ
   തുടങ്ങുന്നതും ഒടുങ്ങുന്നതും.
   (2) പല തീവ്രവാദപ്പുണ്ണുകളെ
   മറച്ച് മൊഞ്ചാക്കാനുള്ള
   മിനുക്കുതുവാല കസവുവേഷ്ടി.

2. പ്രസിദ്ധീകരിക്കപ്പെട്ട
   കവി : മുറിയൊഴിയുമ്പോൾ
   ഒഴിമുറിയ്ക്കപ്പെടുന്നയാൾ.

3. പ്രസിദ്ധീകരിക്കപ്പെടാത്ത
   കവി : പ്രശസ്തന(യ)ല്ല

അതുകൊണ്ടു പ്രശസ്തന(യ)ല്ല എന്ന്
നിത്യം ജപിയ്ക്കുന്നയാൾ.

4. ഫേസ്ബുക് : ജീവിച്ചിരിക്കുന്നു കവി എന്നതിന്റെ തെളിവ്.

5. വിവർത്തനം. : പാൻ ഇന്ത്യൻ ടിക്കറ്റ്
ആഗോള പാസ്പോർട്.

6. കാമ / സൂത്രം : കവിതയും നിരൂപണവും തമ്മിലെ
വിവാഹജീവിതത്തിൽ ഇല്ലാത്തത്
ഒളിസേവയിൽ ഉള്ളത്.

7. സംശയം : കവിയ്ക്കും കവിയ്ക്കുമിടയിൽ ഉള്ളത്
കവിതയിൽ ഇല്ലാത്തത്.

8. സാഹിത്യചർച്ച : കുടിയ്ക്കു മുൻപ്
കഴിയ്ക്കുന്നത്.

9. ബ്ലോഗർ : അന്യജീവിതങ്ങളെ
ആവിഷ്ക്കരിക്കുമ്പോൾ
വരികൾക്കിടയിൽ
നൂറ്റൊന്നാവർത്തിക്കുന്നത്.

ഒച്ചയും വിളിയും

എന്റെ കവിത ആരും പ്രസിദ്ധീകരിക്കുന്നില്ലോയ്
പ്രസിദ്ധീകരിച്ചത് ആരും വായിക്കുന്നില്ലോയ്
വായിച്ചവർ ആരും വിളിക്കുന്നില്ലോയ്
നിരൂപണമെഴുതുന്നില്ലോയ്
അവാർഡാരും തരുന്നില്ലോയ്
അവാർഡു കിട്ടുമ്പോൾ ആരുമറിയുന്നില്ലോയ്
ആ പരിപാടിയ്ക്കു വിളിച്ചില്ലോയ്
ഈ പരിപാടിയ്ക്കു വിളിച്ചോയ്
അവർക്കെന്നോടസൂയയാണോയ്
ഇവർക്കെന്നോടാരാരാധനയില്ലോയ്
ഓയ്......

മംഗളം

ഇത്ഥമോരോന്നു ചിന്തിച്ചിരിക്കവേ*

●

* *പൂന്താനത്തിന്റെ വരികൾ*

പാന

ഒന്ന്

തുടങ്ങുമ്പോൾ വാച്ചുനോക്കും.
മൊത്തലിനും മൊത്തലിനും
വട്ടപ്പൊട്ടിച്ചിരികൾക്കും
ഇടയ്ക്കൊന്ന് പാളിനോക്കും.
(കുടിയ്ക്കാത്തതു കുറച്ചിൽ
അന്തംമറിയൽ അശ്ലീലം.
ചോരപ്പഞ്ചാരയുള്ളോർക്ക്
കുഴപ്പമില്ലാത്ത ബ്രാൻഡ്
കൃത്യം രണ്ടര മോന്തുന്നു,
കുറിപ്പടി ഗുളികയും
-അപകടകരമായി
ജീവിയ്ക്കാൻ പെടുന്നപാട്)
ചരടുപൊട്ടും പട്ടങ്ങൾ
ഛർദ്ദിച്ചു തുടങ്ങുമ്പോഴേ
മണമടിക്കാതെ മാറും.
സമയസൂചികൾക്കൊപ്പം
വട്ടത്തിലോടിനടക്കും
വീട്ടുവഴിയേ പറക്കും.

കുടിച്ചത്
കാലത്ത്
പുളിച്ചുതേട്ടി
വയർവീർത്തു
നെഞ്ചെരിച്ചു
കടഞ്ഞ്
കാലിട്ടടിച്ചു
കട്ടനുമായി
തട്ടിവിളിച്ചപ്പോൾ
അവളുടെ
തലവഴി
ഛർദ്ദിച്ചൊഴിച്ചു

രണ്ട്

കല്യാണവീട്ടിൽ തലേന്ന്
കണ്ടത്തിലെ തെങ്ങിൻമൂട്ടിൽ
കൂതറസാധനമൊന്ന്
കുരുമുളകു പച്ചയ്ക്ക്
പറിച്ചിട്ടടിച്ചുതോർത്തി
ജന്മത്തിലെ ജന്മമെന്ന്
പഞ്ചാരിക്കണക്കുകൊട്ടും
നിത്യപച്ചക്കാരൻവേഷം.

വിറയ്ക്കുന്ന
വിരലുകൾക്കിടയിൽ
പിടിപ്പിച്ച
ഗ്ലാസ്
ശഴുത്തിലൂടെ
തോർത്തുപിരിച്ചിട്ട്
കൈത്തണ്ടിൽ കെട്ടി
പതുക്കെ
മറ്റേകൈകൊണ്ട്
വലിച്ചുയർത്തി
വിറയ്ക്കുന്ന
ചുണ്ടുകളിലേയ്ക്ക്

മൂന്ന്

കുടിയ്ക്കാൻപോകുന്നെന്ന് മണംകിട്ടുമ്പോഴേ
കൂർത്തമോന്ത മോറി കിണ്ണംകിണ്ണം തിളങ്ങും
അടിയ്ക്കുംമുൻപുതന്നെ അലച്ചുതുടങ്ങും
അടിച്ചാലുടൻ കെട്ടിപ്പിടിച്ചുമ്മവെയ്ക്കും
നിലാവത്തു നടക്കാൻപോവും അലമ്പാവും
വാളുവെയ്ക്കും കീഴടങ്ങും വീണുകിടക്കും
നീണ്ടോനും കുറിയോനും അപ്പുറമിപ്പുറം
താങ്ങിപ്പിടിച്ച് ആറുകാലിൽ നടക്കുമ്പോൾ
നിരപ്പുതെറ്റിച്ചതിന് തെറിവിളിക്കും.

പണികഴിഞ്ഞ്
പെണ്ണു വരാൻ വൈകുന്നതെന്ത് ?

അണിഞ്ഞൊരുക്കവും ആട്ടവും
ആരെ കാട്ടാൻ ?
അടുക്കളപ്പണിയ്ക്കിടയിൽ മൂളിപ്പാടുന്നത്,
ഇടയ്ക്കു വെറുതേ ചിരിക്കുന്നത്,
മൊബൈലിൽ കിന്നരിയ്ക്കുന്നത് ?
മനുഷ്യനെ വാട്ടാൻ
അവളുടെ തണുത്തുമലച്ച്കിടപ്പ്
വെട്ടിക്കീറി
വലിച്ചുപൊളന്നിട്ടിട്ടുവേണം
വിസ്തരിച്ചൊന്നു പെടുത്ത്
വളിയിടാൻ

നാല്
ഇടുങ്ങിയ തേഞ്ഞ നിരപ്പുകളിൽ
മൂന്നടികളിൽ മൂക്കുന്ന പയ്യന്മാർ
സരാമാഗുവിന്റെ ഗുഹയിലൂടെ,
നൊസ്ഫെറാതു വേട്ടയ്ക്കിറങ്ങിവന്ന
ഗുഹയിലൂടെ, ജ്യാമിതിയിൽനിന്ന്
ഘടനാവാദത്തിലേയ്ക്കു നീളുന്ന
ഗുഹാവഴിയിലൂടെ ചുരംകേറി
മുതിരുന്നു അരക്കുപ്പിയിലേയ്ക്ക്.

വെട്ടി
മുട്ടറുത്തു
അറ്റകൈ
പിടിച്ചുരച്ചു
ചോരമണം
പച്ചമാംസം
കടിച്ചുപറിച്ചു

അഞ്ച്
കുടിയ്ക്കുംമുൻപ് സെമിനാറിൽ
ഫൂക്കോ ദെറീദ
കുടിച്ചുകൊണ്ട് തണുബാറിൽ

ഫൂക്കോ ദെറീദ
കുടികഴിഞ്ഞ് കുളിമുറീൽ
ഫൂക്കോ ദെറീദ.

കക്കി
കട്ടച്ചോപ്പ്-
കുടിച്ചതോ
കുടലോ ?
കുഴഞ്ഞു
കിടന്നു
കണ്ണടഞ്ഞു

●

തൊട്ടുകൂട്ടൽ

ഒന്നാമത്തെ പെഗ്ഗിൽ
മുറി പൂട്ടി
പൂട്ട് അഞ്ചുവട്ടം പിടിച്ചുവലിച്ച്
പുറപ്പെട്ട് പകുതിയ്ക്കു മടങ്ങി
പൂട്ട് അഞ്ചുവട്ടം പിടിച്ചുവലിയ്ക്കുന്ന
പഴയ മാഷെയോർത്ത്
ഏറെച്ചിരിച്ചു നീയും ഞാനും.

രണ്ടാമത്തെ പെഗ്ഗിൽ
പാസഞ്ചർടിക്കറ്റ്, ആറു രൂപയുടേത്,
ശരിയ്ക്കെടുത്തുവെച്ചില്ലേയെന്ന്
നീ ചോദിച്ചപ്പോൾ
എനിയ്ക്കു പാവംതോന്നി.
അശ്രദ്ധമായ എന്റെ ജീവിതത്തിന്
ഉദാഹരണങ്ങളെത്ര
ചിതറുന്ന പണം
ചുളിയുന്ന ബിരുദസർട്ടിഫിക്കറ്റുകൾ
(റിട്ടയർചെയ്തിട്ടുവേണം
സർട്ടിഫിക്കറ്റുകൾ കൂട്ടിയിട്ടുകത്തിക്കാൻ).
അപകടകരമായി ജീവിക്കൂ[1]
ഒഴിയ്ക്കാമുത്തേജനം.
മൂന്നാമത്തെ പെഗ്ഗിൽ
അഭിമാനിയായി ഞാൻ,
പൂജ്യത്തിൽനിന്നും പടുത്ത
എന്റെ മൂല്യത്തിൽ
(ഇപ്പോൾ ഒരുകോടി മതിയ്ക്കും,
പിപിഎഫ് എഫ്ഡി
വൻനഗരത്തിൽ രണ്ടുമുറിഫ്ളാറ്റ്
ചെറുനഗരത്തിൽ ഏഴുസെന്റ്വീട്)
വർഷാവർഷത്തെ സേവിങ്സിൽ
ചാരിറ്റിയിൽ.
കേട്ടുകേട്ടിരിക്കെ
മങ്ങിമങ്ങിപ്പോയി നീ.
നിന്റെ അതിജാഗ്രത
ആറുരൂപയുടെ പാസഞ്ചർടിക്കറ്റിനുമാത്രം,

പത്തുരൂപയുടെ ബോൾപെന്നിനുമാത്രം,
പണിത്തിരക്ക്
നൊട്ടിപ്പണികൾക്കുമാത്രം,
ഒഴിയാത്ത അലക്ക്
ഒറ്റപ്പെരുങ്കൈകളില്ലാതെ
പതിതാളത്തിലുള്ള വീശലുകളായ്മാത്രം.
ഒരു കരടിയോ കാളയോ ആകാതെ
സാദാ മനുഷ്യനായ്
നടക്കുന്ന നടപ്പ്.

ഊർജ്ജതന്ത്രംമാഷ്
തന്ത്രത്തിൽ ദീക്ഷയെടുക്കുമ്പോൾ
അടിസ്ഥാനകണങ്ങളുടെ ക്ലാസിൽ
പറഞ്ഞുതുടങ്ങുന്നു
മഹർഷിമാർ കൈമാറും ചിന്താകണത്തെക്കുറിച്ച്,
അണുശക്തിവകുപ്പിന്റെ
പ്രോജക്റ്റു കിട്ടുമ്പോൾ
ആവേശംകൊള്ളുന്നു
അണുനിലയങ്ങൾക്കുവേണ്ടി
-സ്വർണ്ണനെല്ലിക്കകളുടെ[2]
ക്ലാസിക്കൽ ബലതന്ത്രങ്ങൾ.

വേണമെനിയ്ക്ക്
പെപ്ജീൻസ്
കൈത്തറിക്കുർത്ത
വിദേശകമ്പിനിപ്പണംപറ്റ്
കേഡർസെറ്റപ്പിലുറപ്പ്
കൊളസ്ട്രോളിന് യോഗ
ശ്രീയ്ക്കു യന്ത്രം
ചാരായക്കോപ്പക്കൊടുങ്കാറ്റ്
മേശപ്പുറത്തഗ്നിപർവതം.
ഇടുങ്ങിയ നിരപ്പാർന്ന
തേഞ്ഞ പാതക[3]ളിൽ
സരാതുസ്ട്രാ മലഞ്ചരിവുകളുടെ
ലൈറ്റ് ആന്റ് സൗണ്ട് ഷോ
- മുളകുചാറുകളുടെ
ക്വാണ്ടം ബലതന്ത്രങ്ങൾ.

●

1. നീഷേയുടെ വചനം.
2. ഒരു ബീർബൽ കഥ.
3. ആറ്റൂരിന്റെ വരികൾ (മേഘരൂപൻ).

കാൽവരി

നൂറാമത്തെ തവണ
നിന്നെ വിളിച്ചു
നൂറാമത്തെ തവണ
പരിധിയ്ക്കു പുറത്ത്.

വിറയ്ക്കുന്നു കൈകൾ.

ഒരു തവണ
നീണ്ടു പോയി മണിയടി,
എടുത്തില്ല നീ.

മുറിഞ്ഞോ എന്നേക്കുമായ്
വർത്തമാനം?
എനിയ്ക്കന്യമായ
വഴികളിൽ തിരക്കിൽ
മറഞ്ഞു കഴിഞ്ഞോ നീ?

കുഴയുന്നു കാലുകൾ.

ഇരുട്ടിൽ
നരകവെളിച്ചത്തിൽ തിളങ്ങുന്നൂ
സ്ക്രീനിൽ പൂണ്ട
പ്രേതമുഖങ്ങൾ.
അവരെ കാത്തിരിക്കുന്നാരോ
അദൃശ്യനാളികൾക്കപ്പുറം,
കാത്തിരിക്കുന്നെന്നെ
മണിയൊച്ചമാത്രം.

നിന്റെ ശബ്ദമേകാത്ത
ജീവശ്വാസമുയിർക്കാത്ത
ക്രൂരതരംഗദൈർഘ്യങ്ങൾ.

വീഴുമ്പോഴും
മുറുക്കെപ്പിടിക്കുന്നു ഞാൻ
മൊബൈൽ കുരിശ്,
കുറിക്കുന്നതിൽ
എന്റെ മൊഴി
കാൽവരി.

●

രണ്ടു വാതിലുകൾ

ഗവേഷണ കേന്ദ്രത്തിലെ
ഒരേ കെട്ടിടത്തിലുള്ള
ഫിസിക്സ് കെമിസ്ട്രി വിഭാഗങ്ങളിലേയ്ക്ക്
ഒരേ ചുമരിൽ
രണ്ടു വാതിലുകളുണ്ട്
ഒന്നിൻമേൽ ഫിസിക്സ് വിഭാഗമെന്നും
മറ്റേതിൽ കെമിസ്ട്രി വിഭാഗമെന്നും
എഴുതിവെച്ചിട്ടുണ്ട്.
അത്താഴം കഴിച്ചുവന്ന്
കെമിസ്ട്രി വിഭാഗത്തിന്റെ തുറന്ന വാതിലിലൂടെ
അകത്തു കടക്കാൻ ശ്രമിച്ചപ്പോൾ
മുതിർന്ന കെമിസ്ട്രി അധ്യാപകൻ തടഞ്ഞു നിർത്തി,
നിങ്ങൾ ഫിസിക്സ് അല്ലേ ?
താക്കോൽ കൈയിലില്ലേ?
അതു ഫിസിക്സ്
ഇതു കെമിസ്ട്രി
അതിൽ കൂടി കയറൂ.
അമ്പരന്ന്
താക്കോൽ തപ്പിയെടുത്ത്
ശരിയായ വാതിലിൽ കൂടി കയറി
ക്രമം വീണ്ടെടുത്തതിൽ സംതൃപ്തിയോടെ
താക്കോലിന്റെ തിളക്കം ആസ്വദിച്ചുകൊണ്ട്
അധ്യാപകൻ അയാളുടെ വാതിൽ അടച്ചു.

●

എന്റെ വിവർത്തകനെപ്പറ്റി

മുന്ന
കഴിഞ്ഞ നൂറ്റാണ്ടിന്റെ അവസാനവർഷം
ബീഹാറിൽനിന്ന്
പണിതേടി
കേരളത്തിലെത്തി.

പാതിരാതട്ടുകടയിൽ
പുട്ടും ബീഫ്കറിയും കഴിച്ചുകൊണ്ടിരുന്നപ്പോൾ
മുന്നയുടെ മലയാളമൊഴി
എന്നെ അമ്പരപ്പിച്ചു.
ഒരു വർഷം കൊണ്ട് തനിമലയാളം,
ബോധ്യുകൾ കൂട്ടിവായിക്കും.
എഴുതാൻ പഠിക്കണമെന്നായിരുന്നു
മുന്നയുടെ ആവശ്യം.
തെരുവുകുട്ടികൾക്ക് രാത്രിക്ലാസുകളെടുക്കുന്ന
കൂട്ടുകാരൻ ബഷീറിനെ പരിചയപ്പെടുത്തി.

ഇടയ്ക്കു കണ്ടുമുട്ടും മുന്നയെ
അതേ തട്ടുകടയിൽ
കടപ്പുറത്ത്
ബിവറേജ് കടയ്ക്കു മുൻപിൽ
രാത്രിവിളക്കു ചുവട്ടിൽ.
ബീഹാർ ബംഗാൾ ആസാം പണിക്കാർ
ദേശാടകരായി
വരികൾക്കിടയിൽ അലഞ്ഞു
അതിരുകൾ മുറിഞ്ഞും കൂടിയും
മാഞ്ഞും തെളിഞ്ഞുമിരുന്നു
മൊഴികൾ കലർന്നു
പിളർന്നു പുലർന്നു

പൊതുവായനശാലയിൽ
മുന്നയെ ചേർക്കാൻ കൊണ്ടുപോയ ദിവസമാണ്

അയാളുടെ ഗ്രാമം ഝാർഖണ്ഡിലായത്.

എന്നാണ് അയാൾ ആദ്യകവിത നീട്ടിയത് ?
എന്റെ ആദ്യപുസ്തകം വായിച്ച് ആവേശപ്പെട്ടത് ?
ആഴ്ചപ്പതിപ്പിൽ വന്ന എന്റെ കവിത
സ്വന്തം നാട്ടുമൊഴിയിലേയ്ക്ക് മാറ്റിയെഴുതി
മുന്ന വീണ്ടും അമ്പരപ്പിച്ചു.
കേന്ദ്രസാഹിത്യഅക്കാദമിയുടെ
നൈനിത്താൾ ക്യാമ്പിലേയ്ക്കും
അമ്പരപ്പു പടർന്നു,
മുന്നയുടെ മൊഴിയിൽ
കവിത റെക്കോഡു ചെയ്തത്
എന്റെ ഐഫോണിലൂടെ കേട്ടപ്പോൾ.
ഇംഗ്ലീഷ് മൊഴിമാറ്റം ഞാനും അവതരിപ്പിച്ചു.
എന്റെ രണ്ടാമത്തെ സമാഹാരത്തിൽ
മലയാളത്തോടൊപ്പം
മുന്നയുടെ നാട്ടുമൊഴിയിലുമുണ്ട്
ആ കവിത.

മൊഴികൾ കലർന്ന്
ഒഴുകുന്ന പുഴയിപ്പോൾ
മുന്ന.

(ഈ കവിതയുടെ ഫേസ്ബുക് പോസ്റ്റിൽ
ടാഗ് ചെയ്യപ്പെട്ടിപ്പോൾ
മുന്ന).

●

സമയത്തിൽ വരച്ചത്

മേഘജലപ്പൊട്ടുകളിൽ
പൊടികളിൽ
ജനൽചില്ലുപാളികളിൽ
ചിതറി
ചരിഞ്ഞുവീണ
സ്വർണ്ണം
നിന്റെ മുഖത്ത്.

ചിരിക്കുന്നു നീ :
മണ്ണിൽ നിന്നെന്തോ
ഉറവ പൊട്ടുന്നു,
തളിർക്കുന്നു.

ഒഴുക്കിൽ
എനിയ്ക്കു മുൻപേയും
എന്നിലും
എനിയ്ക്കു പിൻപേയും
ഞാനുണ്ടെന്ന്
ചിരിക്കുന്നു
മകൾ.

ഉയരമുള്ള സ്ത്രീ :
അകലേയ്ക്കു നോക്കിക്കൊണ്ട്
പതുക്കെയുള്ള നടപ്പ്
അവളുടെ ശരീരത്തിന്
പരിചിതമായിരിക്കുന്നു.
അതേ ഉയരം,
അതേ നോട്ടം, നടപ്പ്
അവളുടെ കൂടെയുള്ള പുരുഷന്.
അത്ര ഉയരമുള്ളവർ,
അത്ര പതുക്കെ,
അത്ര പഴകിയ ചുവടുകളിൽ.

വൈകിമാത്രം മറ്റുള്ളവർ കണ്ടു,
അവരുടെ നടുക്ക്
ഓരോ കൈയും പിടിച്ച്
വിഷമിച്ച് ചുവടുകൾ വെയ്ക്കുന്ന
കുട്ടിയെ.

പിന്നാമ്പുറത്ത്
പഴയ മഞ്ഞവെട്ടത്തിൽ
തൂങ്ങുന്ന അയ :
അടിവസ്ത്രങ്ങൾ
പിഞ്ഞിയ തോർത്ത്
പഴന്തുണികൾ
മുഷിഞ്ഞ സാരി പാന്റ്സ്
കുട്ടിക്കുപ്പായം.

പഴയ മഞ്ഞവെട്ടത്തിൽ
ചളിപിടിച്ച അരകല്ല്
പിടിപൊട്ടിയ കപ്പ്
കളിപ്പാട്ടക്കഷണം
കണ്ണടച്ച് ഒരു പൂച്ച.
കക്കൂസിന്റെ കുളിമുറിയുടെ
ടിൻഷീറ്റുപാളികൾ.
അകമുറിയിൽനിന്ന്
തെറിച്ചുവീഴുന്ന ശബ്ദപ്പൊട്ടുകൾ.

പഴയ മഞ്ഞവെട്ടത്തിൽ
പിന്നാമ്പുറത്ത്.

വെള്ളമൊഴുകാത്ത കനാൽ
റോഡു മുറിച്ചുകടക്കുന്നിടത്ത്
അടിവായ തുറക്കുന്നു
തുരങ്കം.
മുകളിലുയർന്നു നിൽക്കുന്നു
അരയാൽ.
സന്ധ്യച്ചോമല
അരയാലിനെ
ആയിരത്തിരിവിളക്കുമ്പോൾ
തുരങ്കഗർഭത്തിൽ
ധ്യാനിച്ചിരിക്കുന്നു
സ്വയംഭൂവൊരുകല്ല്,
ആർത്തൊഴുക്കിനായ്.

പ്രത്യേകകുട്ടികൾക്കുള്ള സ്കൂളിൽ
വാർഷികം :
ഗൌരവപ്രസംഗം.
അത്രയേറെ പ്രതീക്ഷയോടെ
ശ്രദ്ധിക്കുന്ന രക്ഷിതാക്കൾ.
രണ്ടു ഗോപസ്ത്രീവേഷങ്ങൾ
ഒരോടക്കുഴൽകൃഷ്ണൻ.
ചവിട്ടുനൃത്തത്തിനിടയ്ക്ക്
അനങ്ങാതെ നിന്ന കുട്ടിയെ
കൈകൾ നിലത്തുകുത്തി
സാഹസപ്പെട്ടുചെന്ന്
ടീച്ചർ ഒരു തട്ട്,
ഞെട്ടിയുണർന്നവൻ
ഇടത്തും വലത്തും
മാറിമാറി ചവിട്ടുമ്പോൾ
കൈയടി
ടീച്ചർക്കു തൃപ്തി.

ഫ്ളക്സിൽ
ഉണ്ട കൈയിലെടുത്ത്
ഉഷാറായി
ഓറഞ്ചു ഗണപതി.
തൊട്ടടുത്തുള്ള സിനിമാപോസ്റ്ററിൽ
കീറിയ പെൺശരീരം.
കീറാത്ത പോസ്റ്ററിലേയ്ക്ക്
നൂറടി.

●

കടം

വണ്ടി കാത്തുനിൽക്കുമ്പോൾ
എന്നെ നോക്കിച്ചിരിക്കുന്നു
മൂന്നു വയസ്സുകാരി
തെരുവുകുട്ടി

ഒളിച്ചു നിൽക്കുന്നു
പാളിനോക്കുന്നു
തലവെട്ടിച്ചോടുന്നു
പതുങ്ങി വരുന്നു
ചിരിക്കുന്നു

എന്തു കണ്ടു
നീയെന്നിൽ ?

ഞാൻ ചിരിച്ചപ്പോൾ
പൂത്തുപോയ് നീ
ഓടിച്ചെന്ന്
അമ്മയ്ക്കു
ചൂണ്ടിക്കാട്ടുന്നു എന്നെ

ഒരു രൂപാത്തുട്ട്
നിനക്കന്റെ നീട്ടം
ഒരു കാവറുത്തത്
എനിയ്ക്കു നീട്ടുന്നു നീ
അറച്ചു ഞാൻ
വാങ്ങാതെ പോരുന്നു

വണ്ടി നീങ്ങുമ്പോൾ
നിന്റെ ചിരി മങ്ങുമ്പോൾ
ഓർത്തു പിടയുന്നു ഞാൻ,
പണ്ട്
നിന്റെ കൈയിൽ നിന്നും

തട്ടിപ്പറിച്ചത്,
കണ്ണുതെളിഞ്ഞപ്പോൾ
തിരിച്ചുതരാൻ
തിരഞ്ഞലഞ്ഞത്

ഇന്ന്
യുഗങ്ങളുടെ പാപം
ശമിപ്പിക്കാൻ
പൊലിക്കുന്നു നീ
സ്നേഹപ്പൊൻനാണ്യം
അതു കൈക്കൊള്ളാതെ
കടം പറയുന്നു
എന്റെ ലോകം.

●

കമ്യൂണിസ്റ്റ് മാനിഫെസ്റ്റോ

കാൽപ്പനിക രൂപകമല്ലത്.
നോസ്ട്രഡാമസിന്റെ പുസ്തകവുമല്ല.
അതൊരു പ്രിൻസിപ്പിയ *
അതിനെക്കുറിച്ചു കേൾക്കാത്തവർപോലും
അനുസരിക്കുന്ന
ചലനനിയമങ്ങളുള്ളത്,
അതിനപ്പുറത്തേയ്ക്കും നീളുന്ന
അന്വേഷണങ്ങൾ ഉള്ളടങ്ങുന്നത്.
അതു പ്രയോഗിക്കുമ്പോൾ
വലിയ ഭാരം മറിക്കുന്നു
ഉത്തോലകങ്ങൾ,
വരുംകാലങ്ങളിലേയ്ക്കു തൊടുക്കുന്നു
സ്വപ്നപേടകങ്ങൾ.

●

* *'പ്രിൻസിപ്പിയ മാത്തമാറ്റിക്ക:' ഐസക് ന്യൂട്ടൺ എഴുതിയ ശാസ്ത്രപുസ്തകം.*

തെക്കും വടക്കും

ഒന്ന്

മാനന്തവാടിയിൽനിന്നും
കുറ്റ്യാടിചുരംവഴി
കോറോത്തിറങ്ങി നീലോത്തേയ്ക്ക്
ഓട്ടോ കേറി സന്ധ്യയ്ക്ക്.
മുറുക്കാൻനിറവായോടെ ഓട്ടോക്കാരൻ
കുശലം തുടങ്ങിയപ്പോൾ
ചോദിച്ചു, സ്വന്തം നാട് ?
അയാളുടെ ഈറ തൊട്ടെടുക്കാം.
വിടാതെകൂടിയപ്പോളയാൾ :
വെണ്മണി
ഏതു വെണ്മണി ? തെക്കോ വടക്കോ ?[1]
തെക്കും വടക്കും.
തിടുക്കപ്പെട്ട് കൂടെ:
അച്ഛനാ ഇങ്ങോട്ടു വന്നേ,
ഞാൻ ഇവിടാ ഒണ്ടായേ.
പിന്നെങ്ങനെ ഈ മൊഴി എന്ന്
ചോദിക്കാനാഞ്ഞു, മിണ്ടാതിരുന്നു.

ഓട്ടോവെളിച്ചത്തിൽ
കറുത്ത മലഞ്ചരിവുകളും
കുണ്ടിടവഴികളും മറഞ്ഞു,
കൈതച്ചെടികൾ വരമ്പിട്ട
ചൂനാടു[2]പരപ്പു തെളിഞ്ഞു
കിഴക്കേതിണ്ണയിൽ കാലുംനീട്ടിയിരുന്ന്
അമ്മൂമ്മയും അമ്മാവന്മാരും
പൊതിക്കെട്ടഴിച്ച്
വെറ്റിലയിൽ ചുണ്ണാമ്പു തേച്ചു
മുറ്റത്തെ മുറുക്കാൻചാലുകളിൽ
കഥാചിത്രപടങ്ങൾ വിരിഞ്ഞു.
പലപാത്രങ്ങളായ് കൂടിയാടി
പലകഥകളിൽ സ്വയമൊളിപ്പിച്ചവർ
അരങ്ങൊഴിഞ്ഞ കൂത്തമ്പലം
അവിടെയുണ്ടാവും, പല വീടുകളിൽ
പണിത്തരങ്ങളായൊളിക്കാൻ

കാത്തുകൊണ്ട്.

നാക്കേ മറന്നുള്ളൂ
ഓണാട്ടുകര[3] മൊഴി,
ഇടയ്ക്ക് പലടത്ത്
മണ്ണിലൂടെ വന്നുതൊടും മൊഴി
പത്തി വിടരും പരതും
പുകയും രക്തമൊഴുകും വഴി.

തെക്കനെന്ന വിളിപ്പേര്
ചുരമിറങ്ങി വന്നുതൊട്ട തണുപ്പിലൂടെ
ഓട്ടോ പായുന്നു.

രണ്ട്
വടക്കെത്തുന്ന തെക്കർ പലതരം :
ബോവിക്കാനത്ത് റിപ്പോർട്ടെഴുതാനെത്തും
കൃഷിയുദ്യോഗസ്ഥൻ
കന്നാസിൽ ചുമക്കും തലസ്ഥാനവെള്ളമായ്
തെക്കിനെ കൂടെക്കൂട്ടുന്നവർ,
പേരു കേട്ടിട്ട് ആളെ പിടികിട്ടാഞ്ഞാൽ
തന്തപ്പേരു തിരക്കും തെക്കൻചിട്ടക്കാർ,
ഒടപ്പിറപ്പെന്നു നടന്ന മലപ്പുറം കൂട്ടുകാരൻ
പിറപ്പുദേശമറിഞ്ഞ് മുഖംവീർപ്പിയ്ക്കുമ്പോൾ
ഒന്നാംക്ലാസു മുതൽ
വടക്കൻപാഠാവലിയുരുവിട്ടതിന്റെ
മഞ്ഞക്കടലാസുപകർപ്പു നീട്ടി
ജാമ്യം നേടുന്നവർ.
വടക്കുനോക്കികളിൽ തെളിയുന്നു
ഇരുണ്ട ഭൂഖണ്ഡം
നിഷ്കളങ്ക ലോകം
മറ്റേതോ ഗ്രഹം.

തെക്കെത്തുന്ന വടക്കർ പലതരം :
കാര്യവട്ടം കാമ്പസിലും
ഐഎഫ്എഫ്കെ പടവുകളിലും
തിരുവള്ളൂർ[4]മുദ്രാമൊഴി മുഴക്കുന്നവർ,
അതിഖരത്തിൽനിന്ന് അനുനാസികത്തിലാവാൻ

അമ്പിളിക്കാലംമാത്രം പോന്നവർ,
പാർപ്പു കണ്ണൂരെന്നുകേട്ട് തറപ്പിച്ചുള്ള നോട്ടത്തിൽ
കുഴപ്പങ്ങളുൾനാട്ടിൽ, നഗരം സൽപ്പേരിലെന്നൊഴിയുന്നവർ.
തെക്കൻ പര്യായങ്ങൾ :
സ്റ്റേറ്റുകാർ കണക്കർ,
തെക്കനേം മൂർഖനേം കണ്ടാൽ
തെക്കനെ തച്ചുകൊല്ലണം.

മൂന്ന്

തെക്ക് പലത് :
കാസറഗോഡിന് പയ്യന്നൂർക്കപ്പുറം
കണ്ണൂരിന് തലശ്ശേരിക്കപ്പുറം
വടകരയ്ക്ക് കോഴിക്കോടിനപ്പുറം
കുറ്റിപ്പുറത്തിന് തൃശ്ശൂർ
തൃശ്ശൂർക്ക് കൊച്ചി
കൊച്ചിയ്ക്ക് കൊച്ചിയ്ക്കപ്പുറം.
വലത്തുമിടത്തും മാറിയാലും
മേലും കീഴും മാറാത്ത
കിഴക്കും പടിഞ്ഞാറും മാറിയാലും
വടക്കും തെക്കും മാറാത്ത
കണ്ണാടിലോകമായി
വടക്കുനിന്നും തെക്കോട്ട്
മലയാളം.

നാല്

മാനന്തവാടിയിൽനിന്നും
പാൽചുരംവഴി കുത്തനെ
കൊട്ടിയൂരിറങ്ങി ഇരിട്ടി ബസ്.
വട്ടംകറങ്ങി തെക്കുവടക്കു ദേശസൂചി.
നാട്ടുമൊഴികൾ വേരോടെ പറിച്ച്
നാണ്യമൊഴി നട്ടവർ
ആരേയും തെക്കനെന്നു വിളിക്കാറില്ല.
പാലാഇരിട്ടി നേർബസ്
തെക്കുവടക്കോടി
തെക്കുംവടക്കുമില്ലാതായി.

●

*1. മാവേലിക്കരയ്ക്കടുത്തുള്ള വെണ്മണി,
മാനന്തവാടിയ്ക്കടുത്തുള്ള വെണ്മണി.*

2. ഓച്ചിറയ്ക്കടുത്തുള്ള ദേശം.

3. പ്രൊഫ.എസ്.ഗുപ്തൻനായർ എഴുതിയ 'ഓണാട്ടുകര' എന്ന ലേഖനത്തിലെ ദേശം

4. വടകരയ്ക്കടുത്തുള്ള ദേശം.

രൂപക കഥകൾ

പഴമർ പാട്ടുകളിൽ
കുഴിച്ചിട്ടു വിത്തുകൾ
വഴിയോരങ്ങളിൽ
നിഴൽവീഴ്ത്തിനിന്നു
രൂപകമരങ്ങൾ
പൂമരങ്ങൾ കിളിമരങ്ങൾ
കാമരങ്ങൾ കണിമരങ്ങൾ
മഴമരങ്ങൾ ഊഞ്ഞാൽമരങ്ങൾ.

മരങ്ങൾചുറ്റി പ്രേമിച്ച
അമ്മമാരും അച്ഛന്മാരും
മുളപ്പിച്ചു മുറ്റങ്ങളിൽ
രൂപകച്ചെടികൾ
പൂമണംകുണുങ്ങികൾ
കൂർമുള്ളുപരുക്കന്മാർ
പൂവില്ലാജാള്യം മറയ്ക്കും വെള്ളിലകൾ
മരങ്ങളിൽ പടർന്നു പിഴയ്ക്കും വള്ളികൾ
വിചിത്രപ്പേർ നാടൻവിദേശികൾ.

പുൽക്കുട്ടികളും പൂക്കുട്ടികളുമായ
ചേട്ടന്മാരും ചേച്ചിമാരും
പുകച്ചും മണത്തും ചവച്ചും കുടിച്ചും
രൂപകം തലയ്ക്കുപിടിച്ചവരായി.
എഴുത്തുതൊപ്പിക്കുള്ളിൽനിന്നും
പുറത്തുവന്ന രൂപകമുയലുകൾ
ചിലതു കാടുകേറി കനൽക്കണ്ണായി
ചിലതു നാടുകേറി പതുപതുപ്പായി.
മേഘങ്ങളിൽ ഇലപ്പടർപ്പിൽ
മരവരകളിൽ ചുവർകലകളിൽ
വെളിപ്പെട്ട രൂപകരൂപികൾ
താളുകൾക്കിടയിൽ കൊമ്പായി വാലായി.

പുതുകവികൾ ഞങ്ങൾ
വേണ്ടപ്പോൾ വെട്ടാൻ
രൂപകപ്പശുക്കൃഷി തുടങ്ങി.
വാക്കും അർത്ഥവും ഇണചേർക്കാതെയും
രൂപകക്കുഞ്ഞുങ്ങളെ വിരിയിച്ചു.
വിരൽത്തുമ്പത്തും വിളിത്തുമ്പത്തും
രൂപകയന്ത്രങ്ങൾ രൂപകരതി.
ലോകം രൂപകവനം
എഴുത്ത് രൂപകവേട്ട.

●

കണ്ണാടി പറഞ്ഞത്

എനിയ്ക്ക് നിന്നിലുള്ള
വിശ്വാസം കാണണോ,
ധ്വനിപ്പിയ്ക്കൂ
നിന്റെ പാപങ്ങൾ
പീഡകൾ
വടുവീണ മുഖം
വായ്നാറ്റം.

എന്റെ അവിശ്വാസം കാണണോ,
വെളിപ്പെടുത്തൂ
നിന്റെ ചെരാത്
സ്നേഹം ചിരി
മനസ്സു കുഴച്ച് കലം ചുടും
കനൽ.

•

അവസാന താൾ

ഒന്ന്

പെണ്ണായി ഞാൻ
കണ്ണാടിയിൽ ആദ്യമായെന്നെ കണ്ടത്
നീ എന്നെ ഇഷ്ടമെന്നു പറഞ്ഞപ്പോൾ :

ഞാൻ കരഞ്ഞു
നെഞ്ചത്തൊരു കല്ലുമായി
ശ്വാസത്തിനു പിടഞ്ഞു
നനഞ്ഞു ചിരിച്ചു

നിന്നോടു ചേർന്നുനിന്നു
നിന്റെ വിരലുകൾ എന്നെ തൊടാൻ
നിന്റെ ശ്വാസം എന്നിൽ വീഴാൻ.
നിന്റെ കണ്ണുകളിൽ
ജന്മങ്ങൾക്കപ്പുറത്തുനിന്നെത്തും
നക്ഷത്രവെട്ടം,
നിന്റെ മൊഴിയിൽ
കൈയിൽകൈപിടിച്ചു നടക്കേണ്ട
വഴിനീട്ടം.

രണ്ട്

എന്തിനെന്നൊടു പറഞ്ഞു നീ :
ജീവനത്തിന്റെ ശൂന്യത
നിറയ്ക്കുന്നു രതിയെന്ന്,
പലരെ പ്രണയിക്കാൻ
പരുവം നിനക്കെന്ന് ?

(മരണത്തണുപ്പുതൊട്ട്
ഞെട്ടി ഞാൻ. പ്രാർത്ഥിച്ചു,
പരുഷമായ തമാശയാവണേ
നിസ്സംഗം ചിരിച്ചു നീ.)

എന്തിനൂതിക്കെടുത്തി
നീ തന്നെ കൊളുത്തിയ തിരി ?
എന്തിനു തിടുക്കപ്പെട്ടു
പെണ്ണെന്നാൽ ഇതുകൂടിയെന്നെന്റെ
കണ്ണാടിയിൽ തെളിയിക്കാൻ ?

അതു സത്യമെങ്കിൽ,
നിന്റെ പലസത്യങ്ങളിൽ
ഇതൊന്നുമാത്രമെന്തിനായിരുന്നു ?
സ്വയം ശീലയഴിച്ച് വടു കാട്ടൽ
മിടുക്കത്തരമെന്നോ കരുതി നീ ?
പൊട്ടമുഖം ധ്വനിപ്പിക്കും
സിതോപലത്തിന്റെ
ഛുറതീർന്ന മുഖങ്ങളെയെന്ന് ?

ഒഴിവാക്കണമായിരുന്നോ എന്നെ ?
അതോ, പാതിവെന്ത് വിളമ്പിയതോ
നീ ആരാധിച്ചിരുന്ന
എഴുത്തുകാരന്റെ ദർശനം ?
എത്ര പെണ്ണുങ്ങളുടെ കൂടെകിടന്നിരുന്നു
എന്നോടതു പറയുംമുൻപ് ?

മൂന്ന്
നിനക്കെതിരെ തെളിവു തരാൻ
നിനക്കെന്തുത്സാഹമെപ്പോഴും :
നിന്റെ പ്രണയം നീറ്റിയ
പെണ്ണിന്റെ കണ്ണീർ,
നൃത്തംചെയ്യുന്നവളുടെ
ഉടലിലേയ്ക്കാണ്ട നിന്റെ നോട്ടം,
പുകയിലമണമടിച്ച
പരുക്കൻ വാക്ക്,
നിന്റെ തീനുകൾ,
നിന്റെ കുടികൾ.

ധ്വനിയിൽ തെന്നിവീണില്ല ഞാൻ
എന്നു പരിഹാസപ്പെട്ടു നീ.
ശരിതന്നെ, ധ്വനിച്ചില്ലെനിയ്ക്ക്
ദൈവവെളിച്ചമിരട്ടിയ്ക്കും
വജ്രമുഖങ്ങൾ നിന്നിൽ;
ധ്വനിച്ചു, പക്ഷേ,
നഖമുനകൾ
കോമ്പല്ലുകൾ
ഈളയൊലിക്കും ചെന്നാക്ക്
പച്ചമാംസക്കൊതി.

ഒരു ദുഃഖവുമില്ല, നിന്നെ
ഒഴിഞ്ഞുവെച്ച ചുവടിൽ.

നാല്

നിനക്കുത്സാഹമാകാം
ഈ കൂട്ട് :
നിന്റെ ഇടുക്കുവഴികൾക്കിടെ
ഒരു തുറസ്സ്
വെളിച്ചം കാറ്റ് എന്ന്
നീ മൊഴിയാടുമ്പോൾ
ഞാനോർക്കുന്നത്
നിന്റെ കൂടെവന്ന പെണ്ണിനെ
അവളെ ഒളിച്ച്
വിതയ്ക്കുന്ന വിത്തല്ലേ
നിനക്കോരോ വാക്കും ?
നിനക്ക,ല്ലവൾക്ക്
എന്റെ കൂറ്
എന്റെ പ്രാർത്ഥന.

ഒന്നുമില്ലെനിയ്ക്കു പറയാൻ
നിന്നോട്,
ഒന്നുമില്ലെടുക്കാൻ, തരാൻ.

കടന്നുപോ
ചിലയ്ക്കാതെ.

●

ഗൌതമവിചാരയോഗം

കള്ളക്കർക്കിടകത്തിൽ
ഭക്തൻ ഗൌതമൻ
അധ്യാത്മരാമായണം ചൊല്ലി :
'ചെന്തൊണ്ടിവായ്മലരും പന്തൊക്കും മുലകളും
ചന്തമേറീടും തുടക്കാമ്പുമാസ്വദിപ്പതി'-*

അവളുടെ തുടയിൽ
അടുത്തടുത്തു കണ്ട ചുവന്ന പാടുകൾ
ഏതു ഡ്രാക്കുളിപ്പല്ലിന്റെ ?
മോൻ പറത്തിയ വിമാനം കൊണ്ടെന്ന
വിശദീകരണത്തിൽ
വെപ്രാളമോ വേഗക്കൂടുതലോ ?
ഒറ്റമുനവിമാനം
ഇരട്ടപ്പൊട്ടെങ്ങനെ തൊടും ?
(അവൾ കാണാതെയെത്ര
പരീക്ഷണപ്പറക്കലുകൾ
വായുഗതികതന്ത്രങ്ങൾ)

കുളിമുറിയിൽ ടാപ്പുതുറക്കുമ്പോൾ
ക്ലോറിൻവെള്ളച്ചീറ്റിൽ
പതുങ്ങുന്നോ ഇക്കിളിച്ചിരി ?
(മടങ്ങിവരവുകൾ :
തേക്കാൻ മറക്കാനോർത്ത എണ്ണയ്ക്ക്
തോർത്തിന് സോപ്പിന്
അലക്കിയ അടിവസ്ത്രത്തിന്
കുറച്ചുകൂടി വലിയ മഗ്ഗിന്)
അവൾ അടുക്കളയിലും
മൊബൈൽ സ്വീകരണമുറിയിലും തന്നെ
പ്രീപെയ്ഡ് ബാലൻസ് പഴയതുതന്നെ,
എങ്കിലും
ചുവക്കുന്നോ കളത്തട്ട് ?
വിറയ്ക്കുന്നോ മഷിനോട്ടം ?

യോഗനിദ്ര ഞെട്ടിയത്
ദൃഢപേശികളായ ആയിരം ലിംഗങ്ങളെ കണ്ട്.

അത്രയ്ക്കടുത്ത്
കല്ലുകിടപ്പിൽ
അവൾ കാണും കിനാവെന്ത് ?

●

** എഴുത്തച്ഛന്റെ വരികൾ : അഹല്യാമോക്ഷം*

ഇറങ്ങിനടപ്പ്

വാതിൽ പിറകിൽ വലിച്ചടച്ച്
തിരിഞ്ഞു നോക്കാതെ
വീട്ടിൽനിന്നിറങ്ങി നടന്നു.

നൂറടിവെച്ചാൽ
കുട്ടികളുമായി സ്കൂൾവാൻ കാത്തുനിൽക്കുന്നിടം,
വലത്തോട്ട്
പാൽ പലചരക്ക് പച്ചക്കറി,
ഇടത്തോട്ട്
ബസ് സ്റ്റോപ്പ്,
നേരേ
എങ്ങോട്ടെന്നറിയാത്ത വഴി-
പോയാലോ അതിലേ ?

ഇരുട്ടായി തുടങ്ങുന്നു :
ആദ്യം കാണുന്നയാൾ കടന്നുപിടിയ്ക്കുമോ ?
ഒരു കാർ തൊട്ടടുത്തുവന്നുനിന്ന്
പിൻവാതിൽ തുറന്ന്
വലിച്ചകത്തിടുമോ ?
ചത്തുപൊന്തുമോ പിറ്റേന്ന്
പാലത്തിനടിയിലോ
തോട്ടിലോ കുറ്റിക്കാട്ടിലോ ?
അഭിമാനമഭിനയിക്കേണ്ടിവരുമോ
സ്വയം വിൽപ്പനയ്ക്കുവെച്ചുകൊണ്ട് ?

പറക്കും കമ്പളം നീർത്തുമെന്ന്
കുതിരപ്പുറത്തേറി വരുമെന്ന്
മാന്ത്രികവടി വീശുമെന്ന്
ഒരു കവിതയ്ക്കായ് കാത്തുനിന്നു.

പിന്നെ
തിരിച്ചു നടന്നു
വീട്ടിലേയ്ക്ക്.

●

ധ്വന്യാലോകം

വാലിന്റെ തുഞ്ച്
ഞാൻ വാക്കിലൊളിപ്പിച്ചു

വളർന്നു വാക്കുകളിൽ
അടിത്തൂർപ്പ് വള്ളിപ്പടർപ്പ്
വൻമേലാപ്പ് ഇലത്താര
തണുപ്പ് മണം

വാക്കിനും വാക്കിനുമിടയ്ക്ക് വിടവിൽ
ഒളിപ്പിച്ചു മഞ്ഞയുംകറുപ്പും വരകൾ

വെട്ടിത്തിളക്കം ഇരുട്ടിലൊളിപ്പിച്ചു

കടക്കുന്നിടതൂർന്നതാളിലേയ്ക്കാരോ
വജ്രം തിരഞ്ഞ്

കാണുമോ പതറും കണ്ണിൽ
വാലറ്റം പുഴുക്കുഞ്ഞായ്
ശലഭച്ചിറകായ് വരകൾ
വെട്ടം മിന്നാമിന്നിയായ് ?

കാണുമോ മിന്നൽനോട്ടത്തിൽ
വിശക്കും രൂപം ?

●

ഏതു കുഞ്ഞിന്റെ സ്വപ്നം ഞാൻ ?

കാലുകൾ കാലുകൾ കാലുകൾ
വലിയ തടിച്ച രോമക്കാലുകൾ
സാരികൾ ഷാളുകൾ
കറുത്ത പാന്റ്സുകൾ
മുന്നോട്ടുമാത്രം പോകുന്നവർ
തിക്കിത്തിരക്കിച്ചിതറി
ഇടയ്ക്ക് വിടവുകളിലൂടെ കാണാം
അമ്മേം അച്ഛനും അനിയത്തീം
കൈപിടിച്ചു പോകുന്നു
അമ്മേ അമ്മേ അമ്മേ
തിരിഞ്ഞുനോക്കമ്മേ
എനിയ്ക്കു കടക്കാനാവുന്നില്ല
വകഞ്ഞുമാറ്റാനാവുന്നില്ല
മുന്നോട്ടുമാത്രം പോകുന്നവർ
തിരിഞ്ഞുനോക്കാതെ പോകുന്നവർ
അമ്മേ
ഇരുട്ട് ഇരുട്ട് ഇരുട്ട്
ഇരുട്ടിൽ തട്ടിത്തെറിക്കുന്ന
കരച്ചിലിന്റെ ഓളങ്ങളിൽ
പൊങ്ങിത്താഴുന്നു ഒഴുകിപ്പോവുന്നു
താഴോട്ട് താഴോട്ട് താഴോട്ട്
വയറു കാളുന്നു വായ വരളുന്നു
ഒരു നോട്ടം ചിരി നീളുന്നകൈ
മിന്നി മിന്നി മായുന്നു
ഇരുട്ട്
വീഴുന്നു

●

ഒരു ഇരുണ്ട കണ്ണാടിയിൽ കൂടി

മൊബൈൽ കാണാനില്ലെന്ന്
ഞാൻ കണ്ടുപിടിച്ചത്
ദിവസങ്ങൾ കഴിഞ്ഞാണെന്നത്
വിചിത്രമായിരിക്കുന്നു.
ഒരുപക്ഷേ, എന്റെ കൈയിൽ
മറ്റൊന്ന് ഉണ്ടായിരുന്നിരിക്കാം
ഞാൻ പലതിരക്കുകളിൽ പെട്ടിരിക്കാം.
എന്നാലും
ഒട്ടം നഷ്ടബോധം തോന്നാതെ
ഇത്ര ദിവസങ്ങൾ?
ഞാൻ ഇല്ലാതെ പോയ
എന്നിൽ ഇല്ലാതെ പോയ
ഇത്ര ദിവസങ്ങൾ?
ഒരുപക്ഷേ, ഞാൻ സ്വപ്നം കാണുകയാവാം.
എന്നാലും
സ്വപ്നത്തിനുപോലും
സ്വന്തം ന്യായങ്ങൾ വേണ്ടേ?

മൊബൈൽ അയാളുടെ കൈയിലാണെന്ന്
എനിയ്ക്കെങ്ങനെ മനസ്സിലായി?
ഒരുപക്ഷേ, അയാൾ എന്നെ വിളിച്ചിരിക്കാം.
ഞാൻ മൊബൈലിലേയ്ക്കു വിളിച്ചപ്പോൾ
അയാൾ എടുത്തിരിക്കാം.
മൊബൈലിൽ
അയാളോടു സംസാരിക്കുന്നിടത്ത്
എന്റെ ഓർമ്മ തുടങ്ങുന്നു.

അയാളുടെ ശബ്ദം
എവിടെയോ കേട്ടപോലെ.
ഗൗരവം മുഴക്കം.
ഉയരമുള്ള രൂപം
രണ്ടായ്മുറിഞ്ഞ പടത്തിന്റെ

പകുതിയിൽ തെളിഞ്ഞു
മറുപകുതി പുകപിടിച്ചുകിടന്നു.
ഉയരമില്ലാത്ത ഞാൻ
മുഴക്കമില്ലാത്ത ഗൗരവമില്ലാത്ത ശബ്ദത്തിൽ
അയാളോടു സംസാരിക്കുന്നിടത്ത്
എന്റെ ഓർമ്മ തുടങ്ങുന്നു.

അയാളോടു ഞാനെന്താണു ചോദിച്ചത്?

അയാളുടെ മറുപടി
ശാന്തം ഗംഭീരം
ലോഹത്തണുപ്പുള്ളത്-
നിങ്ങൾ അന്നുതന്നെ ഉറപ്പുതന്നതാണ്
ഉടനെ വാങ്ങാമെന്ന്,
പെൺകുട്ടിയെ അയക്കും
കൊടുത്തയച്ചാൽ മതിയെന്ന്
ഇത്ര വൈകിയതെന്ത്?

പതിവു മിനുസവർത്തമാനം,
സാർ എന്ന വിളിയിൽ തുടങ്ങുന്നത്,
പരീക്ഷിച്ചു ഞാൻ
വീണില്ലയാൾ.

ആളുമാറിയോ?
എന്ന്? ഏതു പെൺകുട്ടി?
മൊബൈലിനെക്കുറിച്ചു തന്നെയോ
അയാൾ സംസാരിക്കുന്നത്?
എന്നെപ്പോലെ മറ്റൊരാളുണ്ടാവുമോ?
അപരൻ?
എന്റെ നമ്പർ ശബ്ദം എല്ലാം
അറിയുന്നൊരാൾ?
അവനാണു ഞാനെന്നു കരുതിയോ അയാൾ?
മൊബൈൽ നഷ്ടപ്പെട്ടത്
അവൻ കാരണമോ?

അധോലോകം കള്ളക്കടത്ത് കൂട്ടിക്കൊടുപ്പ്?
അവനോട് അസൂയതോന്നി-
മറഞ്ഞു നിൽക്കുന്നവൻ
വിധി കൽപ്പിക്കുന്നവൻ
കൊന്നു വെന്നും നേടുന്നവൻ
ദൈവംപോലൊരാൾ.
അഭിമാനം തോന്നി,
അവൻ ഞാനെന്നല്ലേ കരുതുന്നു പലർ?

പലരല്ലൊരാൾ.
അയാളിതാ വീണ്ടും
എന്നോട് അവനോടെന്നപോലെ.
ഇതവനായിരിക്കുമോ,
എന്നോട് അയാളെന്നപോലെ?
ഒരുപക്ഷേ
ഒരുപക്ഷേ
ഞാനായിരിക്കുമോ-?

കണ്ണാടിയുടെ
പുകപിടിച്ച പകുതിയിൽ നിഴലിയ്ക്കുന്നത്
ഞാനോ, അവനോ?
മറുപകുതിയിൽ തെളിയുന്നത്
അയാളോ, ഞാനോ?
എന്റെ മുഖം എനിയ്ക്കറിയാതാവുമോ?

ഒരുപക്ഷേ, ഞാൻ സ്വപ്നം കാണുകയാവാം
സ്വന്തം ന്യായങ്ങൾ ഇല്ലാത്ത സ്വപ്നം.

●

കാട്ടിൽ

കാട്ടിലായിരുന്നു ഞാൻ
മാഷോടൊപ്പം.
എങ്ങനെയവിടെ എത്തി?
മാഷ് കുട്ടികൾക്കൊരുക്കുന്ന ക്യാമ്പിൽ
സഹായിക്കാൻ വന്നതാകണം ഞാൻ.
ഞാനെത്തുമ്പോഴേക്കും
എല്ലാമൊരുങ്ങിക്കഴിഞ്ഞു.
ദൂരെ എവിടെയോനിന്നും
കറന്റ് കൊണ്ടുവരുന്ന വയർ
കുറ്റിച്ചെടികൾക്കു മുകളിലൂടെയും
നിലത്തുകൂടെയും
നീണ്ടിഴയുന്നതു കാണാം.
കറുത്ത വെള്ളക്കുഴൽ കാണാം.
താഴെ എങ്ങുനിന്നോ
വെള്ളം പമ്പുചെയ്യുന്നതാണ്
മാഷ് വിശദീകരിക്കുന്നത്.
മലയാളം പഠിപ്പിക്കുന്ന മാഷ്
എത്ര നന്നായി
ശാസ്ത്രസാങ്കേതികവിദ്യകൾ
കൈകാര്യം ചെയ്യുന്നു,
അമ്പരപ്പും ആദരവും തോന്നി.
ശാസ്ത്രം പഠിപ്പിക്കേണ്ട ഞാൻ
മാഷ് പറയുന്നതൊന്നും മനസ്സിലാവാതെ
മനസ്സിലായെന്നു നടിച്ചുകൊണ്ടിരുന്നു.

ജാള്യതയിൽനിന്നു രക്ഷനോടാൻ
ഇരുണ്ട മരങ്ങളെ നോക്കി
ഞാൻ ചോദിച്ചു,
കാട്ടിൽ കടുവയുണ്ടോ മാഷേ?
ചോദിച്ചു കഴിഞ്ഞപ്പോഴാണ്
ചോദ്യത്തിന്റെ ഗൗരവം
എന്നെ പിടികൂടിയത്,
പേടിയോടെ ഞാൻ തിരിഞ്ഞുനോക്കി.

ഏയ്, മാഷ് സമാധാനിപ്പിച്ചു,
അതുറപ്പുവരുത്തിയശേഷമല്ല
ക്യാമ്പ് ഇവിടെവെച്ചത്
എങ്ങനെ ഉറപ്പായി, മാഷേ?
അതിനല്ലേ എന്യൂമറേഷൻ, വളണ്ടിയർമാർ?
ഇതൊന്നുമറിയില്ലേ
എന്നെ പരിഹാസമുണ്ടോ
മാഷുടെ വാക്കുകളിൽ?
മാത്രമല്ല, ഈ കാരമുള്ളു കണ്ടോ?
ഇതാണ് ഈ കാട്ടിൽ നിറയെ
ഇതുള്ളിടങ്ങളിൽ കടുവ വരില്ല.

എത്ര ഉറപ്പാണ് മാഷ്ക്ക്,
മാഷുടെ അറിവിലും ഉറപ്പിലും
അസൂയ തോന്നി.
ഉണ്ടെന്നു നടിക്കുന്ന
ചെറിയ അറിവിൽപ്പോലും
ഉറപ്പില്ലാത്തവൻ ഞാൻ.
കാരമുള്ള് കണ്ടു,
കുഞ്ഞുന്നാളിൽ
ഒന്ന് കാലിൽത്തറച്ചതിന്റെ
വേദന വീണ്ടും വന്നു.
കടുവയ്ക്കും പേടിയോ കാരമുള്ളിനെ?
കുഞ്ഞിനെപ്പോലെ?
സംശയങ്ങൾ വിഴുങ്ങി
ഞാൻ മാഷുടെ പിറകേ നടന്നു.

മാഷ് തിരക്കിട്ടു നടക്കുന്നു
ആ വയറ് അങ്ങോട്ടു മാറ്റിയിടുന്നു
ഈ കുഴൽ ഇങ്ങോട്ടു നീക്കുന്നു
എന്തു ചെയ്യണം ഞാൻ?
മാഷേ, ആ മരമേതാ?
തെയ്യത്തിന്റെ മുടിപോലെ
വിടർന്നു നിൽക്കുന്ന
വലിയ മരത്തെച്ചൂണ്ടി ഞാൻ.
മാഷു പറഞ്ഞ പേര്

അപ്പോൾത്തന്നെ മറന്നു.
മനുഷ്യരുടെ സ്ഥലങ്ങളുടെ
പേരുകളോർക്കാൻ പറ്റാറില്ല
മരങ്ങളുടേത് തീരെയുമില്ല.
ആ തെയ്യക്കോലമരത്തെ വീണ്ടും നോക്കി
മരം എന്നെയും നോക്കിയോ?
മാഷുടെ പിറകേ നടക്കുമ്പോൾ
അതാ വേറൊരു മരം,
തായ്ത്തടി മുന്നായ് പിരിഞ്ഞ്
രണ്ടു സർപ്പരൂപങ്ങൾ
നടുതടിയെ ചുറ്റിയുയരുന്നു
ഇലശിഖയ്ലേയ്ക്ക്.
അതിന്റെ പേരെന്ത്?
സംശമില്ലാതെ മറുപടി വന്നു.
ഇലവ്
എവിടെ കേട്ടതാപേര്?
ആ മരവും എന്നെ നോക്കുന്നോ?

മാഷ് ക്യാമ്പിനെക്കുറിച്ചു വിവരിക്കുകയാണ്.

അകലെ മരത്തലപ്പുകളുലയുന്നു
ഉലച്ചിൽ അടുത്തുവരുന്നു
കുരങ്ങനോ?
കൊച്ചുകുരങ്ങനെങ്ങനെ
വൻമരമുലയ്ക്കും?
വലിയ ആൾക്കുരങ്ങ്?
കുഞ്ഞുന്നാളിൽ വായിച്ച
കഥകളോർത്തു ഞെട്ടി.
കരടി?
മരത്തിൽ നിന്നും മരത്തിലേയ്ക്ക്
കരടി ചാടുന്നതായി വായിച്ചറിവില്ല.
പുള്ളിപ്പുലി?
ഇപ്പോൾ ഉലച്ചിൽ നിന്നു.
കാട് നിശ്ശബ്ദം എന്നെ നോക്കിനിന്നു

മാഷെവിടെ?

ഞാൻ പിറകിലുണ്ടെന്നു കരുതി
മാഷ് തിരക്കിട്ട്
എങ്ങോട്ടോ പോവുകയാവും.
വഴിയെവിടെ?
ഇരുട്ടു വരുന്നല്ലോ.

കാട് നിശ്ശബ്ദം എന്നെ നോക്കിനിന്നു,
എന്റെ കിതപ്പടങ്ങുന്നതും കാത്ത്,
ക്ഷമയോടെ
സ്നേഹത്തോടെ.

●

അട്ട

(4)

തൊട്ടുമുൻപായിരുന്നു :
കൈപ്പടത്തിൽ ഉരുണ്ടുതടിച്ച
കാപ്പിക്കപ്പ് ചൂട് മണം
മുഖത്ത് പുകമഞ്ഞുതണുപ്പ്
നിയോൺ പുലർവെട്ടം

(2)

വെള്ളം വട്ടംകെട്ടിയ വാക്കിന്
താഴോട്ട്
അഴിമുകളിലൂടായുമ്പോൾ
ആറാനിട്ട തുണികൾ
ബാൽക്കണികൾ
ജനലുകൾ
കഴുകിയ പോർച്ചുകൾ കാറുകൾ
പുലർച്ചെനടത്തം
പുൽത്തകിടിയോഗം

(5)

ഉള്ളിലേയ്ക്കൊരു ശ്വാസമെടുത്ത്
ഒരിറക്ക് കാപ്പി കുടിച്ച്
തിരിയുമ്പോൾ
വെള്ളം വട്ടംകെട്ടിയ വാക്കിന്
അരിയ്ക്കുന്നു
ചേരട്ട :
കാലുതട്ടുമ്പോൾ
അട്ടച്ചുരുട്ടി വഴുക്കി
അഴിപ്പഴുതൂടെ
പറപറക്കുന്നു
ചെമപ്പളുക്കായി
താഴോട്ട്

(3)

പുല്ലിലോ കോൺക്രീറ്റിലോ ?
പൊട്ടിച്ചിതറുമോ പൊടിതട്ടിപ്പോകുമോ ?
തിന്നുമോ കുടിയ്ക്കുമോ ?
തിരിതിരിയുന്നു
പല പെരുക്കങ്ങൾ
താഴോട്ട്

(1)

പുറത്തേയ്ക്കൊരു ശ്വാസമയച്ച്
ഒരിറക്ക് കാപ്പി കുടിച്ച്
തിരിയുമ്പോൾ —

●

മഞ്ഞ മണങ്ങൾ

ഒളിച്ചുകളി

സ്വപ്നങ്ങളിൽ
ഒളിച്ചുകളിയ്ക്കാൻ
ഉണ്ണിക്കുട്ടനും[1]
അപ്പുക്കുട്ടനും ഗോപിയും[2]
ലോഹിതനും[3]
പഠിപ്പിച്ചു.
കഡു വനത്തിൽ
പഞ്ചസാരത്തരികളേന്തിയ ഉറുമ്പുകളുടെ
വരി നോക്കി പിന്നോട്ടു പോയി
കൊള്ളക്കാരുടെ ഗുഹ കണ്ടെത്തിയ
കപീഷ്[4]
താളുകൾക്കിടയിലെ ഗുഹാവഴികൾ
പഠിപ്പിച്ചു.

മായാവി ഓടിക്കേറിയ
രക്തം പാലായി ഒഴുകിവന്ന ഗുഹ,[5]
വജ്രം തേടിവന്നവന്റെ മുൻപിൽ
സിംഹച്ചുവടുകൾ നീണ്ടുചെന്നു തൊട്ട ഗുഹ,[6]
ടോമും ബെർത്തയും

---

1. *നന്തനാരുടെ 'ഉണ്ണിക്കുട്ടന്റെ ലോകം'*
2. *കെ. വി. രാമനാഥന്റെ 'അപ്പുക്കുട്ടനും ഗോപിയും', ഒപ്പം അവർ കഥാപാത്രങ്ങളായ 'അത്ഭുത വാനരന്മാർ' ഉൾപ്പടെയുള്ള കൃതികളും*
3. *മാലിയുടെ 'കിഷ്കിന്ധ'*
4. *പഴയ ബാലപ്രസിദ്ധീകരണമായ 'പൂമ്പാറ്റ'യിൽ*
5. *രാമായണത്തിലെ ബാലിയും മായാവിയുമായുള്ള യുദ്ധം*
6. *ഭാഗവതത്തിലെ സ്യമന്തക കഥ*

ചരടു പിടിച്ച് വഴി കണ്ടെത്തിയ ഗുഹ,[7]
വാക്കുകൊണ്ട് തുറന്ന ഗുഹ.[8]
കോമളവല്ലി കൊട്ടാരപീഠത്തിനടിയിലൊളിച്ചത്,[9]
വള്ളിയംബറാണിയും നാഗരും മലമറഞ്ഞത്,[10]
ചിത്രഭിത്തിയിലെ സിംഹക്കണ്ണിൽ
വിക്കിരൻ കുത്തിയപ്പോൾ വാതിൽ തുറന്നത്.[11]

താളുകൾക്കിടയിൽ തുറക്കുന്ന വാതിലിലൂടെ
അകത്തു കടക്കാൻ
അപ്പുറത്തു തന്നെ കഴിയാൻ
കൊതിച്ച കുട്ടി
ഏതു ഗുഹാമുഖത്ത്
വാക്കിൻ താക്കോൽ പരതുന്നിപ്പോൾ ?

ബ്രാം

വിശ്വസാഹിത്യമാലയിലെ
ബ്രാംസ്റ്റോക്കർ ഡ്രാക്കുള മുഖം
കണ്ടു പേടിച്ച കുട്ടി
(അച്ഛൻ ആദ്യം വായിക്കാനായി
ഒളിപ്പിക്കുന്ന പുസ്തകങ്ങൾ
കുഴിച്ചെടുക്കൽ
കുട്ടിക്കാല നിധിവേട്ട :

---

7. മാർക്ട്വയിനിന്റെ 'അഡ്വഞ്ചേഴ്സ് ഓഫ് ടോംസോയറി' ന് കെ. തായാട്ടിന്റെ മൊഴിമാറ്റമായ 'ടോം എന്ന കുട്ടി' യിൽ

8. ആലിബാബയും നാൽപ്പതു കള്ളന്മാരും

9. കുംഭകോണം ടി.എസ്.ഡി.സാമി ഒരു ഇംഗ്ലീഷ് നോവലിനെ ആധാരമാക്കി രചിച്ച തമിഴ് നോവലിന് തരവത്ത് അമ്മാളു അമ്മയുടെ മൊഴിമാറ്റമായ 'കോമളവല്ലി' യിൽ

10. കപ്പനകൃഷ്ണമേനോന്റെ നോവലായ 'വള്ളിയംബറാണി' യിൽ

11. കപ്പന കൃഷ്ണമേനോന്റെ നോവലായ 'ചേരമാൻ പെരുമാളി' ൽ

ടാർസനും കൂട്ടുകാരും അലമാരപ്പുറത്തുനിന്ന്
ഡ്രാക്കുള മെത്തയ്ക്കടിയിലെ പതിവുസ്ഥലത്തുനിന്ന്
ഭൂതനാഥൻ[12] നാലാംഭാഗം മേശവലിപ്പിൽനിന്ന്,
ബാക്കി ഭാഗങ്ങൾ അച്ഛന്റെ സ്വപ്നത്തിൽനിന്ന്.)
പലയിനം ഡ്രാക്കുളകളിൽ
മുന്തിയത് ബ്രാംസ്റ്റോക്കറെന്ന്
വിറച്ച വിറ
വർഷങ്ങൾക്കിപ്പുറവും
ബ്രാം
എന്നു കമ്പനം കൊള്ളുന്നു.

ചിത്രപുസ്തകം

കോക്കിക്കഷണം കൺമിഴിച്ച
ആകാശച്ചോടെ
മിനുസവർണ്ണക്കടലാസിൽ വിരിഞ്ഞു
സോവിയറ്റ്നാട് കഥകൾ :
ആപ്പിളും ചുമന്നുപോയ മുള്ളൻപന്നി
മീൻവല തൂക്കുകിടക്കയാക്കിയ കുരങ്ങൻ
എലികൾ മുയലുകൾ താറാവുകൾ
തീവണ്ടികൾ തുരങ്കങ്ങൾ
മഞ്ഞ്
ചുക്കും ഗെക്കും[13] കണ്ട പാതകൾ
മുന്തിരിക്കുരു തിന്ന് പേടിച്ച കുട്ടി[14]
ലൈബ്രറിയിൽ
തിക്കിത്തിരക്കിവന്ന് കെട്ടിപ്പിടിച്ച
സ്കൂൾകുട്ടികൾ[15]

---

12. ഭൂതനാഥൻ : ദേവകിനന്ദൻഖത്രി ആറുഭാഗങ്ങളിൽ എഴുതുകയും അദ്ദേഹത്തിന്റെ മരണശേഷം മകൻ ദുർഗ്ഗാപ്രസാദ്ഖത്രി കുറച്ചു ഭാഗങ്ങൾ കൂട്ടിച്ചേർത്ത് പൂർത്തിയാക്കുകയും ചെയ്ത ഹിന്ദി നോവൽ

13. ചുക്കും ഗെക്കും : അർക്കാദി ഗൈദാർ എഴുതിയ റഷ്യൻ ബാല സാഹിത്യകൃതി

14. ലിയോ ടോൾസ്റ്റോയിയുടെ ബാലകഥ

15. സ്കൂൾകുട്ടികൾ : എൻ. നൊസോവ് എഴുതിയ റഷ്യൻ ബാലസാഹിത്യകൃതി

ഹസ്സൻ അബ്ദുറഹിമാൻ ഐബൻ ഹോട്ടോബിച്ച്[16]

നക്ഷത്രങ്ങളായ് വിടർന്ന്
കത്തിയമർന്ന
വിഷുപ്പൂത്തിരികൾ.

പൂച്ചച്ചിരി തെളിഞ്ഞു തുടങ്ങിയ
ആകാശച്ചോടെ
റഷ്യ പിന്നെയും വാതിൽ മറഞ്ഞുനിന്ന്
മലയാളത്തിൽ ഉമ്മവെച്ചുണർത്തി :

വൊളോകൊലാംസ്ക് ഹൈവേ[17]യിലൂടെ
പട്ടാളബൂട്സുകൾ അകന്നുപോയി.

ഒന്നാമത്തെ നീണ്ട താടിക്കാരൻ
കുറ്റവും ശിക്ഷ[18]യുമായി
കഴുത്തിൽ മുറുകി.
ഒരിയ്ക്കലുമൊടുങ്ങാത്ത
ശ്വാസംമുട്ടൽ പിടച്ചടിക്കൽ,
ചുഴലിദീനപീഡയുടെ
ആനന്ദവും തളർച്ചയും
(അച്ഛൻ എഴുതിത്തന്ന
തടിച്ചപുസ്തകപ്പേരുകളുമായി

16. 'ആയിരത്തൊന്നു രാവുകൾ' എന്ന റഷ്യൻ ബാലസാഹിത്യകൃതിയിലെ ജിന്ന്
17. വൊളോകൊലാംസ്ക് ഹൈവേ : രണ്ടാം ലോകമഹാ യുദ്ധത്തിലെ റഷ്യ-ജർമ്മനി യുദ്ധം പ്രമേയമാക്കിയ, അലക്സാണ്ടർ ബെകിന്റെ നോവൽ
18. ഫയദോർ ഡോസ്റ്റോവ്സ്കിയുടെ നോവലിന് ഇടപ്പള്ളി കരുണാകരമേനോന്റെ മൊഴിമാറ്റം

പഞ്ചായത്തുലൈബ്രറിപ്പടിചവിട്ടൽ :
ഭൂതാവിഷ്ടർ[19] എന്ന പേരിൽ ഒരു പ്രേതം മണത്തത്,
കാരമസോവ് സഹോദരന്മാരി[20]ൽ ഒരു ഡിറ്റക്ടീവ്).

രണ്ടാമത്തെ നീണ്ട താടിക്കാരന്റെ
ഒറ്റനോട്ടത്തിൽ തുളയ്ക്കപ്പെട്ടു പ്രപഞ്ചം.
വഴിയോരത്തെ ഓക്കുമരം[21]
ജനാലയ്ക്കൽ നിലാവുനോക്കിനിന്ന പെൺകുട്ടി[22]
വെടിയേറ്റു വീണവന്റെ കണ്ണുകളിലേയ്ക്കിറങ്ങിവന്ന
ആകാശം[23]
കാട്ടിലെ സന്ധ്യ
ചില്ലയ്ക്കും ചില്ലയ്ക്കുമിടയിലെ അമ്പിളി
തണുപ്പ് പടരുമിരുട്ട്
ചീവീട് രാപ്പക്ഷി[24]
വണ്ടിയ്ക്കു ചാടുംമുൻപത്തെ നിമിഷം
അവൾ കണ്ട റെയിൽപണിക്കാരൻ[25]

മല ചിവിട്ടിയെത്തുന്നയാൾ
ഓരോതവണയും പുതുതായി
ആ വരികൾകൊണ്ടു പടുക്കുന്നു
ആലയം.

ആനമുടി

ഝില്ലീഝങ്കാരനാദ[26]ത്തിൽ
മുഴങ്ങുന്ന കാൽത്തളകളിട്ട്
വലിയ ചുവടുകൾ വെച്ചുവന്ന
പഴമൻ

19, 20. ഫയദോർ ഡോസ്റ്റോവ്സ്കിയുടെ നോവലുകൾക്ക് എൻ. കെ. ദാമോദരന്റെ മൊഴിമാറ്റങ്ങൾ

21-23. ലിയോ ടോൾസ്റ്റോയിയുടെ 'യുദ്ധവും സമാധാനവും' എന്ന നോവലിലെ സന്ദർഭങ്ങൾ

24,25. ലിയോ ടോൾസ്റ്റോയിയുടെ 'അന്നാകരേനിന' എന്ന നോവലിലെ സന്ദർഭങ്ങൾ

26. സി.വി. രാമൻപിള്ളയുടെ 'മാർത്താണ്ഡവർമ്മ'യുടെ ആരംഭത്തിൽ നിന്ന്

വാരിയെടുത്തു തോളത്തുവെച്ച്
വൻകാട്ടിനുള്ളിലേയ്ക്കു നടന്നു.
ഒടിമറഞ്ഞു
ഓരികൾ
പന്നിത്തേറ്റകൾ
കഴുതപ്പുലിച്ചിരി.
ആ തോളത്തിരുന്നു കണ്ടു
ഇലപ്പടർപ്പിൽ പതുങ്ങുന്ന കടുവയെ
ശമിയായ സിംഹത്തെ
മദഗജത്തെ.
കുഞ്ചൈക്കുട്ടിപ്പിള്ള നടന്നുപോയ വഴി[27]
ചന്ത്രക്കാറനെ ചൂന്ന കയം.[28]

ഉരുട്ടുചെണ്ടയുടെ താളത്തിൽ
ഒരായിരം മൊഴികളിൽ
ഉയർന്നു വായ്ത്താരി,
പെയ്തു തീയും മാരിയും,
കത്തിയെരിഞ്ഞു ഉൾക്കടൽ.

ആ കാൽവെപ്പിൽ
കുനിഞ്ഞ കൊടുമുടിയ്ക്കറിയാം
ഇനി കുനിഞ്ഞുതന്നെയിരിക്കണമെന്ന്.

ന്റുപ്പുപ്പാ, ങ്ങളോട്
ഒരു ഒറ്റപ്പെരുങ്കൈ നോക്കാൻ[29]
നിയ്ക്കു മോഹം.

27, 28. സി. വി. രാമൻപിള്ളയുടെ 'രാമരാജബഹദൂറി' ലെ സന്ദർഭങ്ങൾ

29. ''പെണ്ണെന്തെടാ, പിഞ്ചെന്തെടാ ? ആണായിപ്പിറന്നാൽ ഒരു ഒറ്റപ്പെരുങ്കയ്യെങ്കിലും നോക്കണം. അല്ലാണ്ട് പിറവി എന്തിന്, ഉയിരെന്തിന് ?'' സി. വി. രാമൻപിള്ളയുടെ 'ധർമ്മ രാജാ' യിൽ ചന്ത്രക്കാറൻ

നാഡികൾ

ചേച്ചി പിടിച്ചു പറിയ്ക്കയാൽ
പീച്ചാംകുഴലില്ലാതായ[30]സങ്കടം
ഓരോ മഴയും മഞ്ജരി പാടി.
ഉണരുവിൻ വേഗമുണരുവിൻ[31]എന്ന്
ഓരോ വെളുപ്പാൻ കാലത്തും
നീലരശ്മികൾ വന്നുഴിഞ്ഞു.
മഞ്ഞച്ചേല ചുറ്റിയ
പാലിന്റെ തൈരിന്റെ നെയ്യിന്റെ മണമുള്ള
പാട്ടു[32]മുലചുരത്തി.
അന്തിയ്ക്ക് ആകാശത്ത്
വാശിക്കാരനായ കുട്ടി
ചോളപ്പൊരികൾ വാരിച്ചിന്നി.[33]

ഉണർന്നെണീറ്റപടി
മുതിരാൻ കുതിച്ചപ്പോൾ
പൊട്ടിപ്പോയ നൂലിഴകൾ.

വർഷങ്ങൾ കഴിഞ്ഞ്
നേർത്ത് നേർത്ത് കേട്ട സാന്ധ്യമൊഴി,
ഒരു നറുകണ്ണാന്തളിമലരായ്[34]
വിടർന്ന വാക്ക്.

അ തൊട്ട്
വീണ്ടും വിരൽ പിടിപ്പിയ്ക്കുന്നു
എഴുത്തച്ഛന്മാർ.

---

30. കെ. കെ. രാജയുടെ 'മഴ കണ്ട കുട്ടി' എന്ന കവിത
31. കുമാരനാശാന്റെ 'പ്രഭാതനക്ഷത്രം' എന്ന കവിത
32. ചെറുശ്ശേരിയുടെ 'കൃഷ്ണപ്പാട്ട്'
33. വള്ളത്തോളിന്റെ 'ഉറക്കുപാട്ട്' എന്ന കവിത
34. ആർ. രാമചന്ദ്രന്റെ 'പ്രലോഭനം' എന്ന കവിത

വഴി

പുതിയ മൊഴിമാറ്റ[35]മെങ്കിലും
ഡോൺ ക്വിക്സോട്ട്
അരികുകളിൽ മഞ്ഞ പടർന്ന്
വയസ്സൻ പുള്ളികൾ വീണ്
വിഷാദവാനായി
ചിതലരിച്ച കുതിരപ്പുറത്ത്
വടികുത്തിപ്പിടിച്ചിരുന്നു,
വഴി നീണ്ടു,
ചെറുവട്ടവും
പതിനൊന്നു വരകളുമുള്ള
പുരാതന സൂര്യനു ചോടെ.[36]

മരങ്ങൾ മണക്കുന്ന
ഇടയ്ക്കോരോകല്ലിളകിക്കിടക്കുന്ന
വളഞ്ഞു വളഞ്ഞു പോകുന്ന
നാട്ടുവഴിയിലങ്ങിങ്ങ്
ഉണങ്ങിയ പഴംതേക്കുകാലുകൾ
തെളിച്ചുപിടിക്കും
മഞ്ഞ വെട്ടം,
രണ്ടു ലോകങ്ങൾക്കിടയിൽ ഒരു കീറായി[37]
അന്തി മായുന്ന
അവസാന നിമിഷത്തെ
ആകാശച്ചോടെ.

മൊഴി

അതു പരത്തും തുടുത്ത വെളിച്ചത്തിൽ
തല കുനിച്ചു മുനിഞ്ഞിരുന്നങ്ങനെ[38]

●

---

35. എഡിത് ഗ്രോസ്മാന്റെ 'ഡോൺ ക്വിക്സോട്ട്' മൊഴിമാറ്റം (2003)

36. പാബ്ലോ പികാസോയുടെ 'ഡോൺ ക്വിക്സോട്ട്'

37. 'Twilight is the crack between two worlds' കാർലോസ് കാസ്റ്റനേഡയുടെ 'ടീച്ചിങ്സ് ഓഫ് ഡോൺ ജുവാനി' ലെ ഡോൺ ജുവാൻ എന്ന റെഡ്ഇൻഡ്യൻ ഷാമാൻ.

38. എൻ. എൻ. കക്കാടിന്റെ വരികൾ (ശിഷ്യനായ ഗുരു)

വീട്

നിന്നോടു കടപ്പെട്ടിരിക്കുന്നു :

ആദികടലായി[1] എന്നു വായിച്ച്
അതുപോലൊരു ബസിൽ
ആദികടലിലേയ്ക്കു പോവാനുള്ള
ആന്തലടക്കിയതിന്.
(നിനക്കറിയാമായിരുന്നു
മരമെല്ലാം പട്ടിമര[2]മെന്ന്,
വഴിയെല്ലാം വാലുവളഞ്ഞതെന്ന്,
സാരമേയുമെന്ന്,
അതി,രകമെന്ന്)

ആൾക്കൂട്ടമൊഴിസ്ഫോടധ്വനിരസം മോന്തി
വേച്ചു നടന്ന
വക്രോക്തിജീവിതത്തെ
വ്യക്തിവിവേകം കാട്ടി
തേച്ചു നിവർത്തിയതിന്.
(നിനക്കറിയാമായിരുന്നു
കെട്ടും വീടുമെന്ന്,
സാഹസികമായി ജീവിയ്ക്കുക എന്ന
അനിമേഷൻ സിനിമ
വേഗം മടുക്കുമെന്ന്,
സാധാരണമായി ജീവിയ്ക്കുക എന്ന
പഴംവാറ്റിന്
ഏറും വീര്യമെന്ന്)

യമനിയമങ്ങളിൽ ഒന്നാമത്തേതെങ്കിലും എന്ന്
പച്ചക്കറിപ്പരുവമായപ്പോൾ
വേണ്ട രക്തമാംസങ്ങൾ, തൊട്ടുകൂട്ടാം മത്സ്യമെന്ന
കരുണ കാട്ടലിന്,
ഒഴിയാത്ത അലക്കിലൂടെ
കാശിയ്ക്കുപോക്ക്

നീട്ടിക്കൊണ്ടുപോയതിന്.
(നിനക്കറിയാമായിരുന്നു
പ്രാണന്റെ ഓരോ ആയാമവും
ഒടുങ്ങുക
രോധിനിയിലെന്ന്)

ആയിരംപേജുനോവലെഴുതാൻ
ശമ്പളമില്ലാലീവെടുക്കുംമുൻപ്
അടുത്തൂൺവരെനീളും
ഹൌസിങ്ലോൺതിരിച്ചടവാരംഭിച്ചതിന്.
(നിനക്കറിയാമായിരുന്നു
കുതിരക്കൊമ്പേറി
കുന്തംകുലുക്കിപ്പായും
നോവാളി[3]ക്കനവെന്ന്)

നിന്നോടു കടപ്പെട്ടിരിക്കുന്നു
നിന്നിലേയ്ക്കുള്ള വഴിയ്ക്ക്.
(നിനക്കറിയാമായിരുന്നു
നീ എന്ന കാരണം വേണമെന്ന്)

●

1. *ആദികടലായി : കണ്ണൂർ നഗരത്തിനടുത്തുള്ള ദേശം*
2. *പട്ടിമരം : കന്നുകാലികൾ വഴിതെറ്റിപ്പോവാതിരിക്കാൻ അവയുടെ കഴുത്തിലിടുന്ന കട്ട*
3. *നോവാളി : ദീനക്കാരൻ*

ഉറുമ്പുകൾ

യമനിയമങ്ങൾ
ശീലിച്ചുതുടങ്ങിയതിന്റെ
ഒൻപതാം ദിവസമായിരുന്നു :

ഒരുറുമ്പിനുപോലും നോവേറ്റില്ലായിരുന്നു,
കാലിനടിയിലേയ്ക്ക് എടുത്തുചാടി
ആത്മഹത്യചെയ്ത,
മാനസികപ്രശ്നങ്ങളുണ്ടായിരുന്ന
ആ പെൺകൊതുകിനൊഴിച്ച്

തടസ്സം തോന്നി, ജനൽ വലിച്ചടച്ചതാണ്,
അടുത്തപാളിയിൽ പെൺപല്ലി ചിലച്ചു :
ആദ്യപാളി തള്ളിത്തുറന്നപ്പോൾ
കട്ടിള ചേർന്ന് അരവായ് തുറന്ന്
ചതഞ്ഞിരുന്നു

കോലിട്ടു കുത്തി
തെറിച്ചു
മുറ്റത്തു പതിച്ചു
നാമം ജപിച്ചു

കൽവിരിപ്പുകൾക്കു മീതെ
ഉറുമ്പുകളുടെ ശവഘോഷയാത്ര :
ഒരുപകുതി മാംസം
ഒരുപകുതി എല്ല്

ഇപ്പോൾ
എടുത്തുപോകുന്നു
ഇപ്പോൾ
കാണാതാകുന്നു
ഉറുമ്പുകൾ

കൽവിരിപ്പുകൾക്കിടയിൽ
കാത്തുനിൽക്കുന്നു
ഉറുമ്പുകൾ
●

തീവണ്ടി

തീവണ്ടി ഓടിക്കൊണ്ടിരിക്കുന്നു

ഡ്രൈവറില്ല ഗാർഡില്ല ടിക്കറ്റ് എക്സാമിനറില്ല
തീവണ്ടി ഓടിക്കൊണ്ടിരിക്കുന്നു

ഒരോ സ്റ്റേഷനിലും നിൽക്കുന്നു പുറപ്പെടുന്നു
യാത്രക്കാർ ടിക്കറ്റ് എടുത്തു കയറുന്നു ഇറങ്ങുന്നു
തീവണ്ടി ഓടിക്കൊണ്ടിരിക്കുന്നു

ഓടുന്ന തീവണ്ടിയിലിരുന്ന്
ഓടുന്ന തീവണ്ടിയെക്കുറിച്ച്
ഒരാൾ കവിതയെഴുതുന്നു
ടിക്കറ്റില്ലാത്തൊരാൾ വന്ന് കൈനീട്ടുന്നു
അയാൾക്കറിയുമോ? അയാൾക്കറിയുമോ ?

തീവണ്ടി ഓടിക്കൊണ്ടിരിക്കുന്നു.

●

സന്ധ്യ

മുഖമുയർത്തി
ഞാനുമ്മവെച്ചു

ചുണ്ടു വിളറി
കവിൾ തുടുത്തു
പൊട്ടു പടർന്നു

പിടഞ്ഞ് പിടഞ്ഞ്
രണ്ടു നക്ഷത്രങ്ങൾ
എന്നെ നോക്കി.

●

പന്തുകളി

പന്തുമെടുത്ത് കുട്ടി
മോന്തിയ്ക്ക്
മൈതാനത്തു പോകുന്നു
ഒറ്റയ്ക്ക്.
പന്തു മുകളിലേയ്ക്കിട്ട്
ഒന്നുതട്ടി മെല്ലെ
പിറകെയോടി
ഇടത്തെ പുറംകാലുകൊണ്ട്
പിന്നിലേയ്ക്കിട്ട്
വലത്തെ കാലുകൊണ്ട്
പിന്നിൽനിന്നെടുത്ത്
തലയ്ക്കു മുകളിലൂടെ
മുന്നിലേയ്ക്കു മറിച്ച്
ഇടത്തെ കാൽമുട്ടിൽ
പിടിച്ചു പൊക്കി
നെറ്റിയിൽ തട്ടി
പതുക്കെ പന്തു മുന്നോട്ട്
പതുക്കെ കുട്ടി പിറകേ.
പന്തും കുട്ടിയും
രണ്ടു കളിക്കാരായി
രണ്ടു പന്തുകളായി
ചിരിക്കുന്നു
ഇക്കിളിപ്പെടുന്നു
കെട്ടിമറിയുന്നു
മത്സരിച്ചോടുന്നു
കെട്ടിപ്പിടിക്കുന്നു
ഉമ്മവെയ്ക്കുന്നു.
മോന്തി ചായുന്ന വെട്ടത്തിൽ
പന്തു കളിക്കുന്നു കുട്ടി
ഒറ്റയ്ക്ക്.

●

പ്രഭാത യുദ്ധം

അ എന്ന രാക്ഷസൻ വന്നു
ആ എന്നലറി കിട്ടുണ്ണി
അ പേടിച്ചോടി
ഇ എന്ന രാക്ഷസൻ വന്നു
ഈ എന്നിളിച്ചു കിട്ടുണ്ണി
ഇ ഇല്ലാണ്ടായി
ഉ എന്ന രാക്ഷസൻ വന്നു
ഊ എന്നൂതി കിട്ടുണ്ണി
ഉ പറപറന്നു
ഋ വന്നപ്പോൾ ധൂ എന്നു തുപ്പി
എ ഏ ഐകളെ
ഒ ഓ ഔ കുലുക്കുഴിഞ്ഞു ചീറ്റി
അം വന്നപ്പോൾ
അഃ നാക്കുനീട്ടി
-കഴിഞ്ഞു പല്ലുതേപ്പ്.

●

അച്ഛനും മകനും

മോന്റെ കൈപിടിച്ച്
ഞാൻ നടക്കുന്നു,
അവന്റെ തീരാത്ത ചോദ്യങ്ങൾക്ക്
മറുപടി പറഞ്ഞ്പറഞ്ഞ്
പൂച്ചവാൽച്ചെടി പറിച്ചുകൊടുത്ത്
കൊഴിഞ്ഞ ചമ്പകപ്പൂക്കൾ പെറുക്കിയെടുത്ത്

ഒരിയ്ക്കൽപ്പോലും
എന്നോടൊപ്പം നടക്കാൻവരാത്ത
അച്ഛനെയോർത്ത്

പണ്ട്
എനിയ്ക്കു ചോറുവാരിത്തന്നുകൊണ്ട്
അച്ഛൻ അച്ഛച്ഛനോടു ചോദിച്ചു,
എന്നെങ്കിലും എനിയ്ക്കു വാരിത്തന്നിട്ടുണ്ടോ ?
ഒന്നുംമിണ്ടാതിരുന്ന അച്ഛച്ഛൻ
അച്ഛൻ കേൾക്കാതെ
അമ്മയോടു പറഞ്ഞു,
മോനു പനിപിടിച്ചപ്പോൾ
തോളിലിട്ട് നാഴികകൾ നടന്നത്
പട്ടി കടിച്ചപ്പോൾ കരഞ്ഞത്
അവൻ കുടിച്ചപ്പോൾ പാതിമരിച്ചത്

ഓരോ മകനും കണക്കുചോദിക്കുന്നു
കാലത്തിനു കുറുകേ

ഓരോ മകനും വിചാരിക്കുന്നു
അച്ഛനേക്കാൾ നല്ല അച്ഛനെന്ന്

നാളെ
മോന്റെ കൈപിടിച്ച് നടക്കുമ്പോൾ
അവനെന്താവും ചോദിക്കുക ?

●

മരാകാശം

പുലർച്ചെ
ജനാലയ്ക്കു പുറത്തെ
ആകാശപ്പച്ച
ഇലവെള്ള

ഉണർന്നുണർന്നുണർന്ന്
കിളിയൊലി
പടർന്നുപടർന്ന്
പച്ച
പടർന്ന്
വെള്ള

ഒഴുകും പച്ച പകുത്ത്
മരം എന്ന്
ഒറ്റയൊറ്റ വെള്ളകൾ തുന്നി
മാനം എന്ന്
മനം

ഉണർന്നുണർന്നുണർന്ന്
പടർന്നുപടർന്നുപടർന്ന്
പിടിതരാതെ പറന്ന്
കിളിയൊലി

●

ചലദലം

കാണുന്നെന്ത് ?
നീലക്കണ്ണ്
മിടുക്കൻ, അയക്കൂ അമ്പ്

ഞാണൊലിയ്ക്കൊരുതിമിമുൻപൊരുമൂളലായ്
പറക്കുന്നു അമ്പ്

മൂളലിന്നിരുപതിമതല്ലൽ മുൻപ്
ഒരുമലരുലർന്നുയർന്നു പൂമ്പാറ്റ,
അതിൻ ചിറകടിക്കാറ്റിൽ
വഴിതിരിയുന്നു വണ്ട്,
വലകുലുങ്ങിയതറിഞ്ഞ്
പായുന്ന ചിലന്തിക്കാലുകൾ
കുരുക്കാനായുന്ന
കുരുവിക്കൊക്കേറ്റ്
പൊഴിയുന്നു
മഞ്ഞയില,
ഇലയൊരുവട്ടം തിരിയുമ്പോൾ
തുഞ്ചത്തൊരുതുള്ളി തട്ടിച്ചിതറുന്ന
വെള്ളിവെളിച്ചപ്പൊട്ടൊന്നു തിളക്കുന്നു
നീലക്കണ്ണ്

പറക്കുന്നു കിളി
പറക്കുന്നു അമ്പ്

വില്ലിനും മുൻപേ താണ തല
തിരക്കുന്നു
നിലത്തെവിടെയോ പതിച്ച അമ്പിനെ

ഗുരുത്വക്കേടമ്പ് ബാക്കിയായവർ
കണ്ണു നിറച്ചു കാണുന്നു
നീല

പച്ചച്ചോമലമഞ്ഞ
ഇലക്കണം
മുദ്രാവഴിച്ചില്ലികൾ

ഒന്നൊന്നു പുതിയതായ്
പലപലതായ് പടരുന്നു
മരാകാശം

●